आपल्या स्नेहीजनांना पुस्तके भेट द्या

बऊठाकुरानीर हाट

लेखक
रवींद्रनाथ टागोर

अनुवाद
मेधा बाळकृष्ण तासकर

मेहता पब्लिशिंग हाऊस

BAUTHAKURANEER HAAT ORIGINALY PUBLISHED IN BENGALI
by RAVINDRANATH TAGORE
Translated in Marathi Language by Medha B.Taskar
बऊठाकुरानीर हाट / अनुवादित कादंबरी

अनुवाद : मेधा बाळकृष्ण तासकर
बी ११, न्यू ठाणा को-ऑपरेटिव्ह हाउसिंग सोसायटी,
भास्कर कॉलनी, ठाणे ४००६०२.
Email : mezhataskar@gmail.com

मराठी अनुवादाचे व प्रकाशनाचे हक्क मेहता पब्लिशिंग हाऊस, पुणे ३०.

प्रकाशक : सुनील अनिल मेहता, मेहता पब्लिशिंग हाऊस, १९४१,
सदाशिव पेठ, माडीवाले कॉलनी, पुणे - ४११०३०.

अक्षरजुळणी : स्वाती एंटरप्रायझेस, पुणे ९.

मुखपृष्ठ : चंद्रमोहन कुलकर्णी

प्रथमावृत्ती : नोव्हेंबर, २०११ / पुनर्मुद्रण : मे, २०१८

P Book ISBN 9788184983111
E Book ISBN 9789387319059
E Books available on : play.google.com/store/books
www.amazon.in

अर्पण

***श्रीमती सौदामिनीदेवी* ***

श्रीचरणेषु

दीदी,

तुझ्या प्रेमळ कुशीत माझं कौतुकाचं लिखित
करितो अर्पण

विमल प्रशांत मुखी उमटेल स्नेहाचे हास्य
पाहायाची आस

दूरदेशाहुनी आज फारा दिवसांनी
परतलीस घरी

उभा असे मी गं दारी भेट ही घेऊनि करी
समर्पणास्तव

असू निकट वा दूर घडो वा ना घडो भेट
प्रेम दिलेस सदा

प्रेम करणे स्थायिभाव प्रेम वाटिता आनंद
इच्छिलेस काही न कदा

दूर राहुनी जवळ सदा जाणवे मम हृदयी
तुझा सहवास

दूर परदेशातुनी स्नेहाची झुळूक येऊनी
कुरवाळी तनास

देशी भरभरून अबोल हे तुझे प्रेम
स्नेह अपरंपार

प्रभातीच्या दवांसम नीरव प्राणांत माझ्या
झरे स्नेहधार

चोहीबाजू तुझा स्नेह दरवळे हा नीरव
परिमलसम

निर्मल हास्य विमल उषेचे किरणजाल
जागवी मनास.

---

* रवींद्रनाथांची सर्वांत मोठी बहीण

आभार

विश्वास पाटील

डॉ. मृणालिनी गडकरी

डॉ. ऊर्मिला जोशी

प्रस्तावना

अंतरंगांतल्या कविकल्पनेच्या राज्यातून बाह्य जगातील कल्पनाराज्यात मनाने जेव्हा पाऊल टाकलं, तेव्हा बहुधा कुतूहलापोटी ते चहूकडे मुक्त संचार करू लागलं.

मग चार भिंतींच्या आड कोंडलेलं मन बाहेर पडलं आणि जगातल्या वेगळ्या वाटांवर त्याचा प्रवास सुरू झाला. त्याच सुमारास माझी लेखणी गद्याच्या राज्यात नव्या प्रतिमा, नवनवे अनुभव धुंडाळू लागली. त्यातलाच पहिला प्रयत्न दिसून येतो 'बऊठाकुरानीर हाट' कादंबरीमध्ये रोमॅन्टिक भूमिकांमध्ये सजवलेल्या पात्रांचा खेळ आणि तोही अगदी अल्पवयातला खेळ आहे! व्यक्तिरेखांमध्ये जे काही गुणदोष दिसतात, ते बाहुल्यांहून निराळे नाहीत. त्या स्वतःच्या आंतरिक सामर्थ्याच्या बळावर वाटचाल करत नाहीत, तर केवळ आखीव चौकटीतल्या सजवलेल्या बाहुल्या बनून राहतात.

या कादंबरीकडे हवं तर आजही पुन्हा मागे वळून पाहता येईल. ही आहे जणू अकुशल बोटांनी रेखाटलेली चित्रकृती! तिच्यावर परिपक्व मनाच्या कुशल हातांचा ठसा उमटलेला नाही; पण कलेच्या रंगमंदिरात पोरकटपणालाही काहीतरी निश्चित मूल्य आहे. बुद्धीच्या मोकळ्या वाटेवर कल्पनाशक्ती स्वैर उधळते, त्यातून अननुभवी मनाची काहीतरी कलाकृती निर्माण होते.

या लिखाणात अधूनमधून चैतन्याची लहर दिसून येते, याचा एक पुरावा हा की, ही कादंबरी प्रकाशित झाल्यावर बंकिमां*कडून न मागता एक प्रशंसापत्र

---

* बंकिमचंद्र चट्टोपाध्याय – प्रख्यात कादंबरीकार आणि 'वंदे मातरम्'चे जनक

मिळालं होतं. ते इंग्रजी भाषेत लिहिलेलं होतं. कोणा मित्राच्या निष्काळजीपणामुळे ते पत्र हरवून गेलंय. बंकिमांनी त्यात असं मत व्यक्त केलं होतं की, ही कादंबरी जरी लहान वयात लिहिलेली पहिलीवहिलीच कादंबरी असली, तरी तिच्यात प्रतिभेचा प्रभाव दिसून येतो. त्यांनी ह्या कादंबरीची निंदा केली नाही. अल्लडपणातून आनंद मिळवण्याजोगं असं काहीतरी त्यांना आढळलं होतं की, त्यानं त्यांना अचानक एका अपरिचित मुलाला पत्र लिहायला प्रवृत्त केलं. भविष्यात या लिखाणाची परिणती काय होईल, हे अज्ञात असूनही त्यात त्यांना काहीतरी आश्वासक, आशादायी आढळलं. त्यांच्याकडून मिळालेले हे कौतुकाचे शब्द माझ्यालेखी बहुमोल होते.

या संदर्भात इथे एक गोष्ट सांगणं आवश्यक आहे. स्वातंत्र्य चळवळीच्या आवेशात एके काळी बंगालचा आदर्श वीर नायक या रूपात प्रतापादित्याची प्रतिमा उभी करण्याचे प्रयत्न झाले. आजही ते थांबलेले नाहीत. त्या वेळी इतिहासातून त्यांच्या संबंधाने मी जी काही माहिती गोळा केली होती, त्यावरून ते अन्यायी, अत्याचारी, निष्ठुर होते, अशी माझी खात्री पटली होती. दिल्लीश्वरांची अवज्ञा करण्याचं अजाण औद्धत्य त्यांच्यात होतं, परंतु त्याला साजेसं सामर्थ्य नव्हतं. त्या काळच्या इतिहासकारांच्या लिखाणावर नंतरच्या काळातल्या देशाभिमानाचा पगडा नव्हता. ज्या वेळी ही कादंबरी मी बिनधास्तपणे लिहिली, तेव्हापर्यंत त्यांची पूजा प्रचलित झाली नव्हती.

— रवींद्रनाथ टागोर

मनोगत

रवींद्रनाथ टागोरांचा जन्म १८६१ साली झाला. वयाच्या सतराव्या वर्षांपासून त्यांच्या कविता, नाटकं, नाट्यकाव्यं वगैरे छापून येऊ लागली. त्यांना घरातूनच साहित्याचा समृद्ध वारसा लाभला होता. १८८३ साली त्यांची पहिली कादंबरी 'बऊठाकुरानीर हाट' प्रसिद्ध झाली. ही कादंबरी टागोरांच्या नंतरच्या लेखनाच्या मानाने फारच दुर्लक्षित राहिली. त्यांनी स्वतःच म्हटल्याप्रमाणे 'अपक्व हातांनी केलेल्या रेखाटनाच्या नवथरपणाच्या खुणा त्यात जाणवतात, पण त्यांच्या विश्वजयी प्रतिभेचा आभासही डोकावल्याशिवाय राहत नाही.

कादंबरीच्या स्थल, काल, पात्रयोजनेला अनुसरून अनुवादाची भाषाही थोडीशी अलंकारिक असणे अपरिहार्य आणि साहजिक होते. मूळ भाषेचे प्रतिबिंब अनुवादात पडावे यासाठी हे आवश्यक वाटले. भाषा नेपथ्याची कामगिरी करते, भाषेवरून व्यक्तीची ओळख होते, त्यामुळे सामाजिक कादंबरीची सोपी भाषा यात नाही. साधारणपणे मराठीतील नाथमाधवांच्या कादंबऱ्या डोळ्यांसमोर ठेवून भाषा योजली आहे.

रवींद्रनाथांच्या १५०व्या जन्मवर्षी (बंगालीत सार्धशत्‌जन्मशताब्दी) या कादंबरीच्या अनुवादाचं प्रकाशन होत आहे हा एक योगायोग आहे. हा सगळा योग ज्यांच्यामुळे जुळून आला त्या मेहता पब्लिशिंग हाऊसचे श्री. सुनील मेहता आणि मेहता पब्लिशिंग हाऊसमधील सर्व कर्मचारी वर्गाची व राजश्री यांची मी अतिशय ऋणी आहे.

– ***मेधा बाळकृष्ण तासकर***

१

उत्तररात्रीची वेळ. ग्रीष्म ऋतूचे दिवस. वारा अगदी पडला होता. झाडाचे पानही हलत नव्हते. प्रतापादित्यांचे ज्येष्ठ पुत्र, यशोहर राज्याचे युवराज उदयादित्य आपल्या शयनगृहाच्या गवाक्षापाशी बसले होते. त्यांच्या मागे होती त्यांची पत्नी सुरमा.

सुरमा म्हणाली, ''प्रियतम, थोडासा धीर धरा, सहन करा; सुखाचे दिवस कधीतरी येतीलच.''

उदयादित्य म्हणाले, ''मला नकोच आहे कोणतेही सुख. मला वाटते, मी राजप्रासादात जन्मलो नसतो, युवराज झालो नसतो, यशोहर अधिपतींच्या क्षुद्रातिक्षुद्र प्रजाजनांपैकी एक असतो, त्यांच्या सिंहासनाचा, त्यांचे सारे धन, मान, कीर्ती, यश आणि गौरवाचा एकमात्र उत्तराधिकारी झालो नसतो, तर...! कोणत्या साधनेने हा सारा भूतकाळ पुसून टाकला येईल बरे?''

सुरमेनं व्याकूळ होऊन युवराजांचा उजवा हात आपल्या दोन्ही हातांत घट्ट धरला आणि त्यांच्या मुखाकडे पाहत हळूहळू दीर्घ उसासा सोडला. युवराजांची इच्छा पूर्ण व्हावी, म्हणून तिने प्राणही दिले असते. पण ही इच्छा प्राण देऊनही पूर्ण करण्याजोगी नव्हती, याचं तिला दु:ख होतं.

युवराज म्हणाले, ''सुरमे, राजाच्या घरी जन्मलो, म्हणूनच सुखी नाही होऊ शकलो मी! राजाच्या घरी 'मुलं' नाही जन्मत. तिथे जन्म घेतात केवळ 'उत्तराधिकारी'! लहानपणापासून पिताजी माझ्याकडे क्षणोक्षणी चिकित्सक दृष्टीनेच पाहत आले. त्यांनी मिळवलेल्या कीर्तीचे मी रक्षण करू शकेन की नाही, कुळाची कीर्ती उजळू शकेन की नाही, राज्याची जबाबदारी उचलू शकेन की नाही हाच त्यांचा विचार असे. माझी प्रत्येक कृती, प्रत्येक हालचाल त्यांनी मायेच्या नव्हे, तर परीक्षकाच्या नजरेनेच पारखली. जवळचे लोक, मंत्री, राजसभेचे सभासाद, प्रजाजन साऱ्यांनीच माझा प्रत्येक बोल, प्रत्येक कृती पारखून-पारखून माझ्या भविष्यकाळाचा पंचनामा

केला. सगळेच मान हलवून म्हणाले – "नाही, संकट काळात युवराजांच्या हातून राज्याचे रक्षण होणार नाही. ते अजाण आहेत. त्यांना काहीच उमजत नाही." सगळे माझी उपेक्षा करू लागले आणि पिताजी माझा राग करू लागले. माझी आशा त्यांनी अगदीच सोडून दिली. कधी साधी चौकशीही केली नाही."

सुरमेचे डोळे भरून आले. ती म्हणाली, "अरेरे! कसे सहन केलेत सगळे?"

तिला दुःख झाले, रागही आला. ती म्हणाली, "तुम्हाला जे अजाण समजतात, ते स्वतःच अजाण आहेत."

उदयादित्य किंचित हसले. सुरमेची हनुवटी धरून रागाने लाल झालेले तिचे मुख त्यांनी हलविले. क्षणात गंभीर होऊन ते म्हणाले, "नाही सुरमे, राज्यकारभार करण्याची क्षमता माझ्यात खरोखरीच नाही. त्याचा पुरेसा पडताळा आला आहे आतापर्यंत. मी सोळा वर्षांचा असताना कारभार शिकविण्यासाठी होसेनखाली परगण्याचा भार महाराजांनी माझ्या हाती सोपविला होता. सहा महिन्यांच्या आतच तिथे सावळा गोंधळ माजला. महसूल वसुली घटली, प्रजाजन दुवा देऊ लागले. राजसेवकांनी माझ्याविरुद्ध राजाकडे तक्रारी नेल्या. राजसभेतील सर्वांचेच असे मत पडले की, प्रजेला युवराज एवढे प्रिय झाले आहेत, त्यावरूनच त्यांना राज्यकारभार करता येणार नाही, हे समजून येते. त्या वेळेपासून महाराज माझ्याकडे फारसे लक्ष देत नाहीत. म्हणतात, अगदी रायगडचे काका वसंतराय यांच्यासारखाच कुळबुडव्या होईल तो! सतार वाजवीत नाचत हिंडेल आणि राज्य बुडवील."

सुरमेने त्यांना पुन्हा दिलासा दिला, "प्रियतम, सहन करा, धीर धरा. कितीही झाले, तरी ते तुमचे पिताजी आहेत. आजकाल मुलूख मिळविणे, राज्य वाढविणे या एकाच ईर्ष्येने त्यांच्या हृदयात ठाण मांडले आहे. त्यात ममतेला थारा नाही. राज्य वाढविण्याची त्यांची ईर्षा फलद्रूप झाल्यावर त्यांच्या मायेचे राज्यही हळूहळू वाढेल."

युवराज म्हणाले, "सुरमे, तू कुशाग्र बुद्धीची आणि दूरदर्शी आहेस खरी, पण या वेळी तुझा होरा चुकला. प्रथम गोष्ट म्हणजे लोभाला अंत नसतो आणि दुसरी गोष्ट म्हणजे पिताजींच्या राज्याच्या सीमा जसजशा विस्तारत जातील, जेवढा भूभाग ते मिळवतील, तसतशी तो गमावण्याचीही भीती त्यांच्या मनात वाढत जाईल. राज्यकारभार जितका कठीण होत जाईल, तितका मी त्यासाठी नालायक आहे, ही भावना वाढीस लागेल."

सुरमेची समज कमी पडली नव्हती; केवळ तिचा विश्वास आंधळा होता. विश्वास बुद्धीवरही मात करतो. आपला विश्वास खरा ठरावा, अशी तिची मनापासून आस होती.

युवराज पुढे सांगू लागले –

"ममतेची पाखर चहू बाजूंना कोठेच दिसेनाशी झाली वा अवहेलना सहन होईनाशी झाली की, मी अधून-मधून रायगडी काकाआजोबांकडे पळून जात असे. पिताजी फार लक्ष देत नसत. काय सांगू तो विलक्षण फरक! हिरवी झाडी नजरेस पडे, खेडुतांच्या झोपड्यांमध्ये जाता येई, राजवस्त्रे दिवसरात्र लेऊन राहावे लागत नसे. खेरीज तुला ठाऊक आहेच, काकाआजोबा जिथे असतील, त्यांच्या आसपास उदासीनता, गांभीर्य वगैरे भावना टिकू शकत नाहीत. ते गायन-वादनाने आनंदाने चारी दिशा भरून टाकतात. चोहीकडे उल्हास, सद्भावना अन् शांती! मी यशोहरचा युवराज आहे, या गोष्टीचा तेथे गेल्यावर मला विसर पडे. इतकी आनंददायी स्मृती दुसरी कुठली असेल! मी अठरा वर्षांचा असताना रायगडावर वसंतवारे वाहत होते, चोहीकडे हिरवेगार कुंजवन बहरले होते. त्या वसंतात मी रुक्मिणीला पाहिलं.''

सुरमा म्हणाली, ''पुष्कळ वेळा ऐकली आहे मी ती कहाणी.''

उदयादित्य म्हणाले, ''मग अजून एकदा ऐक. पुष्कळदा एखादी गोष्ट काळजात रुतून बसते; ती बाहेर काढून टाकता आली नाही, तर जिवाची तडफड होते. तुला ती गोष्ट सांगताना मला अजूनही शरम वाटते, क्लेश होतात; म्हणूनच मी तुला ती वारंवार सांगत असतो. ज्या दिवशी तुला ती सांगताना मला शरम वाटणार नाही, क्लेश होणार नाहीत; त्या दिवशी माझे प्रायश्चित्त पूर्ण झाले, असे मी समजेन. त्यानंतर मी पुन्हा नाही तुला ती सांगणार.''

सुरमा म्हणाली, ''कशाबद्दल प्रायश्चित्त नाथ? तुमच्या हातून पाप घडलेच, तर मी त्या पापाला दोषी धरेन; तुम्हाला नाही. मी ओळखत नाही का तुम्हाला? परमेश्वराला तुमचे मन कळत नाही का?''

उदयादित्य बोलू लागले, ''रुक्मिणी माझ्यापेक्षा तीन वर्षांनी मोठी होती. एकटी होती. विधवा होती ती. काकाआजोबांच्या कृपेमुळे ती रायगडी राहू शकत असे. तिने प्रथम मला कोणत्या युक्तीने मोहून घेतले, ते मला आता आठवत नाही. माझ्या मनात जणू माध्यान्हीचा सूर्यप्रकाश पडला! इतका प्रखर प्रकाश की, त्यातून नीट काही दिसतच नव्हते; लखलखीत झळाळीने जग चोहोबाजूंनी वेढलेले होते. रक्त माथ्याकडे धाव घेत होते; पण आश्चर्य-अशक्य असे काहीही असेल, असे वाटत नव्हते. रस्ते एकमेकांत मिसळले, दिशा हरवल्या. यापूर्वी मला असे कधीच झाले नव्हते आणि त्यानंतरही कधी झाले नाही. परमेश्वराने कोणते उद्दिष्ट साध्य करण्यासाठी माझ्यासारख्या क्षुद्र, दुबळ्या, बुद्धिहीन हृदयाच्या विरुद्ध साऱ्या जगाला चिथवले, कोणास ठाऊक! सारे विश्व जणू कपट केल्याप्रमाणे माझ्या क्षुद्र हृदयाला भुरळ घालून वाकड्या वाटेने घेऊन गेले. अगदी एकच क्षण – जास्त नव्हे! त्या क्षणार्धात बाह्य जगताने मला एक जोरदार तडाखा हाणला. माझे हृदय फाटून गेले, मातीला मिळाले. त्यातून मी उठलो, तो धुळीने माखून, कोमेजून! ती

धूळ अजूनही झटकली जात नाही, तो डाग अजूनही पुसला जात नाही! परमेश्वरा, मी असे काय केले, म्हणून एका क्षणाच्या पापाचरणाने माझ्या साऱ्या आयुष्यावर काळोखी फासली गेली! दिवस काळवंडून गेले! माझ्या हृदयाच्या फुलबागेतील मालती आणि जुईची मुखे लज्जेने काळी ठिक्कर पडली!''

बोलता-बोलता उदयादित्यांचे गौरवर्णी मुख लाल झाले, विशाल नेत्र अधिकच विस्फारले गेले. युवराज नखशिखान्त कापू लागले. सुरमा आनंद–अभिमान व दु:खाच्या संमिश्र स्वरात म्हणाली, ''तुम्हाला माझ्या गळ्याची शपथ! राहू दे आता ती कहाणी!''

उदयादित्य बोलतच राहिले, ''हळूहळू जेव्हा रक्त थंड झाले, तेव्हा साऱ्या गोष्टी सुस्पष्ट दिसू लागल्या. दारुड्याच्या धुंद लाल डोळ्यांनी पाहिल्याप्रमाणे धूसर, भोवऱ्यासारखे स्वप्नदृश्य न भासता भोवतालचे जग त्याच्या खऱ्याखुऱ्या रूपात दिसू लागले, तेव्हा मनाची काय अवस्था झाली म्हणून सांगू! कोठून कोठे येऊन पडलो. डोळ्याची पापणी लवते ना लवते तोच पाताळाच्या गर्तेच्या काळ्याकुट्ट अंधारात शतसहस्र... लक्ष कोस फेकला गेलो. काकाआजोबा मायेने बोलावून घेऊन गेले. त्यांना तोंड कसे दाखविले, कोणास ठाऊक! परंतु तेव्हापासून रायगडावरील राहणे सुटले. काकाआजोबा मला बघितल्यावाचून राहू शकत नव्हते. ते मला बोलावून घेत. मला एवढे भय वाटे की, मी जाऊच शकत नसे. मला आणि बहिणीला – विभेला भेटायला ते स्वत: येत. अहंकार नाही, काही नाही. का आलो नाही, ते विचारीतही नसत. आम्हा दोघांना भेटत, आनंदोल्हास करीत आणि परतून जात.''

उदयादित्यांनी किंचित हसून आपल्या मोठाल्या डोळ्यांनी अतिशय मृदू, कोमल, प्रेममय अन् स्निग्ध नजरेने सुरमेच्या मुखाकडे पाहिले. ते पुढे काय करणार, हे सुरमेने ओळखले. लज्जेने तिचे मस्तक झुकले.

दोन्ही हातांनी तिचे दोन्ही गाल धरून त्यांनी तिचे मुख वर केले. तिला जवळ ओढून घेतले आणि तिचे मस्तक आपल्या खांद्यावर ठेवले. डाव्या हाताने तिच्या कंबरेला विळखा घालून अत्यंत प्रेमपूर्वक तिच्या कपाळाचे चुंबन घेतले आणि म्हणाले, ''त्यानंतर काय झाले, सांग पाहू सुरमा! बुद्धीच्या तेजाने उजळलेले, स्नेहाने कोमल झालेले, हास्याने उजळलेले हे शांत, पवित्र मुख कोठून बरे उदयास आले? माझ्या आयुष्यातला हा गहन अंधकार दूर होईल, अशी आशा तेव्हा वाटली होती का? तू माझ्या जीवनात उषा बनून आलीस. माझ्या आयुष्यातील आशा, प्रकाश होऊन राहिलीस. कोणत्या मायेने तो अंधार तू दूर केलास?''

युवराजांनी वारंवार सुरमेची चुंबने घेतली. सुरमा काही बोलली नाही. मात्र तिचे डोळे आनंदाने भरून आले. युवराज म्हणाले, ''इतक्या कालावधीनंतर अखेर मला

खरा आधार गवसला. मी अजाण नाही, हे सगळ्यात आधी तुझ्याकडून मी ऐकले. मग मी त्यावर विश्वास ठेवला आणि ते खरे मानू लागलो. बुद्धी ही एखाद्या अंधाऱ्या, अरुंद गल्लीप्रमाणे वेड्यावाकड्या वळणांची नसून राजपथाप्रमाणे प्रशस्त, सरळ अन् समतल असते, हे तुझ्याकडूनच मी शिकलो. त्यापूर्वी मी स्वत:चा तिरस्कार करीत असे, स्वत:ला तुच्छ लेखीत असे. कोणतेही काम करण्याचे मला धाडस होत नसे. माझे एक मन जरी म्हणत असे की, एखादी गोष्ट योग्य आहे, तरी स्वत:चाच संशय घेत राहण्याचा संस्कार झालेले दुसरे मन म्हणे की, ती अयोग्यही असू शकेल. मला कुणी कसेही वागवलेले मी सहन करीत असे. त्यावर विचार करण्याचा प्रयत्न करीत नसे. तू माझ्या आयुष्यात आल्यावर मला वाटले, मीही कुणीतरी आहे; काहीतरी आहे. इतके दिवस मी स्वत:ला नगण्य समजत होतो. तू मला त्या कोषातून बाहेर काढलेस. सुरमे, तू माझी अस्मिता जागी केलीस. आता माझे मन ज्या गोष्टीची ग्वाही देते, ती गोष्ट मी तत्काळ करण्याचा प्रयत्न करतो. तुझ्यावर माझा कमालीचा विश्वास आहे आणि तुलाही माझ्याबद्दल वाटणाऱ्या विश्वासामुळे मी निर्भयपणे स्वत:वर विश्वास ठेवू शकतो. मलादेखील बलवान करण्याइतके बळ तुझ्या या सुकुमार देहात कुठून आले?''

उदयादित्यांनी बालपणापासून जवळच्या माणसांकडून झालेली उपेक्षा सहन केली होती. म्हणून अधूनमधून एखाद्या शांत रात्री सुरमेला आपली आधी शंभरदा सांगितलेली जीवणकहाणी सविस्तर सांगताना त्यांना पुष्कळ दिलासा मिळे.

उदयादित्य म्हणाले, ''किती दिवस असे चालणार सुरमे? एकीकडे राजसभेत सभासद माझ्याकडे दयाबुद्धीने पाहतात; दुसरीकडे अंत:पुरात आई तुझ्यावर रोष धरून वागते. दासदासीदेखील तुला योग्य तो मान देत नाहीत. मी हे सगळे कुणाकडेही मनमोकळेपणाने बोलू शकत नाही. मी गप्प बसतो, सहन करतो. तुझा स्वभाव मानी आहे, तरीदेखील तूही मुकाट्याने सहन करत असतेस. मी तुला सुखी करू शकलो नाही. माझ्यामुळे तुला केवळ अपमान आणि कष्टच सहन करावे लागणार असतील, तर मग आपले लग्न झाले नसते, तरच बरे झाले असते.''

सुरमा आसुसून म्हणाली, ''काय हे बोलणे नाथ! अशा वेळीच तर तुम्हाला सुरमेची गरज आहे. सुखाच्या दिवसांमध्ये मी तुमच्यासाठी काय मोठेसे करू शकले असते? सुखामध्ये सुरमा केवळ विलासाची वस्तू, भोगवस्तू, खेळणे होऊन राहिली असती. साऱ्या दु:खांवर मात करून आपल्या उपयोगी पडणे, हेच माझे मोठे सुख आहे. तुमच्यासाठी दु:ख सोसण्यात जो असीम आनंद आहे, तो उपभोगते आहे मी. सल एवढाच आहे की, तुमचे सगळे दु:ख मी सोसू शकले नाही.''

काही क्षण मूक राहून युवराज म्हणाले, ''माझी स्वत:ची पर्वा नाही मला

फारशी. मला सवय झाली आहे आता सोसण्याची. पण माझ्यासाठी तू अपमान का सहन करावेस? तू पतिव्रतेप्रमाणे दु:खात माझे सांत्वन केले आहेस; थकल्यावर विसावा दिला आहेस; परंतु पतीच्या कर्तव्याला जागून मी अपमान आणि तिरस्कारापासून तुझे संरक्षण करू शकलो नाही. तुझे पिताजी श्रीपुरराज यांनी माझ्या पित्याचे मांडलिकत्व स्वीकारून यशोहर साम्राज्याच्या आधिपत्याखाली येण्यास नकार दिल्याने माझे पिताजी तुझी अवहेलना करून आपले मोठेपण सिद्ध करू पाहतात. तुझा कोणी अपमान केला, तर तिकडे ते लक्षही देत नाहीत. त्यांना वाटते, तुला सून म्हणून घरात आणले, हेच तुझ्यावर उपकार! कधी कधी वाटते, आता आणखी नाही सहन होत; सगळे सोडून देऊन तुला घेऊन निघून जावे. गेलोही असतो, पण तू धरून ठेवतेस मला.''

रात्र सरली. संध्याकाळचे तारे अस्ताला गेले अन् उत्तररात्रीचे तारे उगवले. राजवाड्याच्या बुरुजावरील पहारेकऱ्यांच्या चालण्याचे आवाज दुरूनही कानी पडत होते. सारे जग गाढ निद्रेत होते. शहरातले सारे दीप विझले होते. घरांची कवाडे बंद होती. एखादा चुकार कोल्हा सोडला तर रस्त्याला चिटपाखरूही नव्हते. उदयादित्यांच्या शयनकक्षाचे द्वार बंद होते. एकाएकी कोणीतरी दारावर थापा मारू लागले.

युवराजांनी दार उघडले. ''विभा! काय गं, काय झाले? एवढ्या रात्री तू इथे कशी?''

विभा ही उदयादित्याची बहीण, हे वाचकांना आधी माहीत झाले आहेच.

विभा म्हणाली, ''सर्वनाश झाला असेल एव्हाना!''

''का, काय झाले?'' सुरमा आणि उदयादित्य दोघांनीही एकदमच विचारले. घाबऱ्याघाबऱ्या सुरात विभाने हळूहळू काहीतरी सांगितले. बोलता-बोलता न राहवून तिला रडू फुटले. ती म्हणाली, ''दादा, आता काय होईल?''

उदयादित्य म्हणाले, ''हा मी निघालो!''

विभा म्हणाली, ''नाही, नाही; तू जाऊ नकोस.''

उदयादित्य म्हणाले – ''का बरे विभा?''

विभाने थरकापून विचारले, ''पिताजींना समजले तर? ते तुझ्यावर रागावले तर?''

सुरमा म्हणाली, ''विभा, हा विचार करण्याची ही वेळ आहे का?''

उदयादित्यांनी पोशाख बदलून कमरेला तलवार बांधली व ते निघाले. त्यांच्या हात धरून विभा म्हणाली, ''दादा, तू नको जाऊस; तू माणसे पाठव. मला फार भीती वाटते रे!''

उदयादित्य म्हणाले, ''आता अडवू नकोस विभा, नाहीतर वेळ निघून जाईल.'' एवढे बोलून ते क्षणार्धात बाहेर निघून गेले.

सुरमेचा हात धरून विभा म्हणाली, "काय होईल गं, पिताजींना समजले तर?"

सुरमा म्हणाली, "काय होईल होऊन-होऊन? त्यांच्याजवळची ममता तर आधीच आटून गेली आहे; उरलीसुरली मायाही गेली, तर त्याने फारसे काही नुकसान होणार नाही."

विभा म्हणाली, "नाही गं, मला फार भीती वाटतेय. पिताजींनी काही शिक्षा केली तर? काही बरेवाईट केले तर?

सुरमा दीर्घ नि:श्वास सोडून म्हणाली, "जगात ज्याला कोणी आधार नाही, त्याला परमेश्वर अधिक मदत करतो, असा माझा विश्वास आहे. देवा, तुझ्या नावाला कलंक लागू देऊ नकोस. माझ्या विश्वासाला तडा जाऊ देऊ नकोस."

२

मंत्र्यांनी विचारले, ''महाराज, हे काम योग्य होईल का?''

प्रतापादित्यांनी प्रश्न केला – ''कोणते काम?''

मंत्री म्हणाले, ''काल ज्या संबंधाने आपण आदेश दिलात, ते.''

प्रतापादित्य चिडून म्हणाले, ''काल कसला आदेश दिला होता आम्ही?''

मंत्री उत्तरले, ''आपल्या काकांसंबंधी.''

प्रतापादित्य आणखीनच कातावून म्हणाले, ''आमच्या काकांसंबंधी काय?''

मंत्री म्हणाले, ''महाराजांनी असा आदेश केला होता की, वसंतराय यशोहरच्या वाटेवर शिमुलतलीच्या सराईत विश्रांतीसाठी थांबतील, त्या वेळी....''

प्रतापादित्य भुवई चढवून म्हणाले, ''त्या वेळी काय? सगळे नीट पूर्ण बोलून टाका.''

मंत्री, ''त्या वेळी दोन पठाण जाऊन....''

प्रतापादित्यांनी हुंकार भरला. ''हं!''

मंत्री – ''त्यांची हत्या करतील.''

प्रतापादित्य रागावून म्हणाले, ''मंत्री, एकाएकी तुम्ही पोर झालात की काय? एका आज्ञेचे पालन करण्यासाठी दहा प्रश्न कशाला विचारावे लागतात? आणि ही गोष्ट बोलून दाखवायलाही तुम्हाला संकोच वाटतो आहेसे दिसते. मला वाटते, राजकार्याकडे लक्ष देण्याचे तुमचे वय आता संपले आहे; परलोकाची चिंता करण्याचे दिवस आले आहेत आता. आतापर्यंत निवृत्तीचा अर्ज कसा केला नाहीत?''

मंत्री गडबडून म्हणाले, ''महाराजांना माझे म्हणणे नीट समजलेले नाही.''

प्रतापादित्य स्पष्टपणे म्हणाले, ''पुरेपूर समजले आहे. पण एक गोष्ट विचारतो तुम्हाला – जे काम मी प्रत्यक्षात करू शकतो, त्याचा तुम्ही तोंडाने उच्चार करू शकत नाही? मी हे काम करायला निघालो आहे, त्या अर्थी त्याला तसेच महत्त्वाचे

कारण असणार, हा विचार तुम्ही करायला हवा होतात. नीती-अनीतीचा सगळा विचार मी निश्चितच केला होता.''

मंत्री गडबडले. ''होय महाराज, मी....''

प्रतापादित्यांनी सुनावलं, ''गप्प बसा! मी काय म्हणतो, ते आधी नीट ऐकून घ्या. जेव्हा माझ्या सख्ख्या काकांचा खून करायला मी तयार झालो, तेव्हा तुमच्यापेक्षा खूप जास्त विचार मी नक्कीच केला आहे; पण यात अनीती काही नाही. मी एकच व्रत घेतले आहे. म्लेंच्छांनी आमच्या देशात येऊन जो अनाचार सुरू केला आहे, ज्यांच्या अत्याचारामुळे आमच्या देशातून सनातन आर्यधर्माचा लोप व्हायला सुरुवात झाली आहे, क्षत्रिय जन मोगलांना मुली देत आहेत, हिंदू आचारभ्रष्ट होत आहेत त्या म्लेंच्छांना मी हाकलून देईन. आमच्या आर्यधर्माला राहूच्या कचाट्यातून मुक्त करीन. हे व्रत पूर्ण करण्यासाठी प्रचंड बळाची आवश्यकता आहे. माझी इच्छा आहे, वंग देशातील सर्व राजांनी माझ्या आधिपत्याखाली एक व्हावे. जे यवनांचे मित्र आहेत, त्यांचा विनाश केला नाही, तर हा हेतू सिद्धीस जाणार नाही. काका वसंतराय मला पूजनीय आहेत, परंतु सत्य बोलण्यात पाप नाही. खरे म्हणजे ते आमच्या कुळाला कलंक आहेत. त्यांनी म्लेंच्छांचे दास्यत्व स्वीकारले आहे. अशा माणसाशी प्रतापादित्यरायाचा काहीही संबंध नाही. जखम होऊन सडली, तर स्वत:चा बाहू कापून टाकावा लागतो. रायवंशाचे, वंगदेशाचे क्षत असलेल्या त्या वसंतरायला कापून काढून रायवंशाला वाचवावे, वंगदेशाला वाचवावे; एवढीच माझी इच्छा आहे.''

मंत्री म्हणाले, ''या प्रकरणात महाराजांपेक्षा माझे मत निराळे नव्हते.''

प्रतापादित्य म्हणाले, ''होते. खरे-खरे सांगा. आणि अजूनही आहे. हे पाहा मंत्री, जोवर तुमचे माझ्याशी एकमत होत नाही, तोवर तुमचे मत उघड बोलून दाखवा. आणि इतके साहस तुमच्यात नसेल, तर मंत्रिपदासाठी तुम्ही लायक नाही. काही शंका असेल तर विचारा. मला तुमचा विचार समजावून घ्यायला वेळ द्या. तुम्हाला वाटते की, काकाची हत्या करणे म्हणजे निश्चितच पाप! 'नाही' म्हणू नका; तुमच्या मनात हीच गोष्ट आहे; पण यालाही उत्तर आहे. पित्याच्या आज्ञेवरून भृगूने स्वत:च्या मातेचा वध केला होता; धर्माच्या पालनासाठी मी माझ्या काकांचा वध करू शकत नाही?''

या विषयात, म्हणजे नीती-अनीतीसंदर्भात मंत्र्यांना खरोखरच काही मत नव्हते. मंत्र्यांना जी एक गोष्ट अंतर्बाह्य समजली होती, ती राजाला तितकीशी उमगली नव्हती. मंत्री पुरते जाणून होते की, या विषयात त्यांनी संकोच दाखविला तर राजा तात्पुरता थोडासा रागवेल खरा, परंतु खरे तर मनोमन संतुष्ट होईल. असे केले नसते, तर राजाच्या मनात मंत्र्यांविषयी कधी ना कधी संशय आणि अविश्वास निर्माण झाला असता.

मंत्री म्हणाले, ''मी काय म्हणत होतो, ही बातमी ऐकून दिल्लीश्वर नक्कीच रुष्ट होतील.''

प्रतापादित्यांचा जळफळाट झाला. ''हो, हो, रुष्ट होतील! रागावण्याचा अधिकार तर सर्वांनाच आहे. दिल्लीश्वर म्हणजे आमचे ईश्वर नव्हेत. ते रुष्ट झाले तर थरथर कापणारे जीव पुष्कळ आहेत – मानसिंग आहे, बिरबल आहे, आमचे वसंतराय आहेत आणि सध्या पाहतोय, तुम्हीदेखील आहात; परंतु सगळ्यांना स्वत:सारखे समजू नका.''

मंत्री हसून म्हणाले, ''आज्ञा महाराज! फुकाच्या रागाला मीही फारसा घाबरत नाही; पण त्याबरोबर ढाल-तलवार असेल, तर मात्र विचार करावा लागतो, नाही की? दिल्लीश्वरांच्या रोषाचा अर्थ पन्नास सहस्र सैन्य!''

यावर काही योग्य उत्तर देता न आल्याने प्रतापादित्य म्हणाले, ''हे पाहा मंत्री, दिल्लीश्वरांचे भय दाखवून आम्हाला कोणत्याही कामापासून परावृत्त करण्याचा प्रयत्न करू नका. ते आम्हाला अतिशय अपमानास्पद वाटते.''

मंत्री म्हणाले, ''प्रजाजनांना हे कळले, तर ते काय म्हणतील?''

प्रतापादित्यांनी विचारले, ''कळले तर ना?''

मंत्र्यांनी स्पष्ट केले, ''हे कृत्य फार दिवस लपून राहणार नाही. ही बातमी सगळीकडे पसरल्यावर सारा वंगदेश आपल्या विरोधात जाईल. ज्या हेतूने हे काम आपण करू पाहत आहात, त्याचा मुळापासून विनाश होईल. आपल्याला जातीबाहेर काढतील आणि अनेक प्रकारे त्रास सहन करावे लागतील.''

प्रतापादित्य ठामपणे म्हणाले, ''हे पाहा मंत्री, मी पुन्हा सांगतो तुम्हाला, मी जे करतो, ते पूर्ण विचार करून करतो. म्हणून मी एखाद्या कार्याला प्रवृत्त झालो असता, खोटे-खोटे भय दाखवून मला परावृत्त करण्याचा प्रयत्न करू नका. मी अजाण पोर नाही. मला पावलोपावली अडथळे आणण्यासाठी पायांतले साखळदंड म्हणून तुम्हाला नेमलेले नाही.''

मंत्री चूप झाले. राजाने त्यांना दोन आदेश दिले होते. एक म्हणजे, जोवर त्यांचे राजाशी एकमत होत नाही तोवर त्यांनी आपले मत मांडायचे. दुसरे म्हणजे, विरुद्ध मत प्रकट करून राजाला कोणत्याही कामापासून परावृत्त करण्याचा प्रयत्न करायचा नाही. या दोन्ही आदेशांचा व्यवस्थित ताळमेळ घालणे मंत्र्यांना आजवर जमलेले नव्हते.

काही क्षणांनंतर मंत्री पुन्हा म्हणाले, ''महाराज, दिल्लीश्वर....'' प्रतापादित्य भडकून म्हणाले, ''पुन्हा दिल्लीश्वर? मंत्री, दिवसातून जितक्या वेळा दिल्लीश्वरांचे नाव घेता, तितक्या वेळा तुम्ही जगदीश्वराचे नाव घेतले असतेत, तर एव्हाना परलोकाची सोय होऊन गेली असती. आमचे हे काम तडीस जाईपर्यंत दिल्लीश्वरांचे

नाव उच्चारू नका. आज दुपारी हे काम पूर्ण झाल्याची बातमी मिळाली की, मग आमच्या कानापाशी येऊन तुम्ही दिल्लीश्वरांच्या नावाचा जप खुशाल मनसोक्त करा. तोपर्यंत थोडा संयम बाळगा.''

मंत्री पुन्हा एकदा गप्प झाले. दिल्लीश्वरांबद्दल बोलणे थांबवून म्हणाले, ''महाराज, युवराज उदयादित्य....''

महाराज म्हणाले, ''दिल्लीश्वर झाले, प्रजानन झाले; आता शेवटी मला त्या बाईलवेड्या पोराची भीती दाखवताय की काय?''

मंत्री म्हणाले, ''महाराज, आपण गैरसमज करून घेताहात. आपल्या कामात अडथळा आणण्याचा माझा मुळीच इरादा नाही.''

प्रतापादित्य शांत होऊन म्हणाले, ''बरं, मग सांगा, काय म्हणत होतात ते.''

मंत्री म्हणाले, ''काल रात्री युवराज अचानक घोड्यावर बसून एकटेच निघून गेले, ते अजूनही परत आले नाहीत.''

प्रतापादित्य चिडून म्हणाले, ''कोणत्या दिशेने गेले आहेत?''

मंत्री म्हणाले, ''पूर्वेकडे.''

प्रतापादित्य दातांवर दात आवळून म्हणाले, ''केव्हा गेले?''

मंत्री – ''काल साधारण मध्यरात्रीच्या वेळी.''

प्रतापादित्य म्हणाले, ''श्रीपूरच्या जमीनदाराची मुलगी इथेच आहे का?''

मंत्री – ''होय महाराज.''

प्रतापादित्य – ''ती आपल्या पित्याच्या घरी राहिली तर बरे होईल; नाही का?''

मंत्र्यांनी यावर काही उत्तर दिले नाही.

प्रतापादित्य म्हणाले, ''उदयादित्य कधीही राजासारखा वागला नाही. लहानपणापासून सामान्य लोकांतच त्याची उठबस असे. माझा मुलगा असा निपजेल, असे कुणाला वाटले असते? सिंहाच्या छाव्याला सिंह कसे व्हायचे, हे शिकवावे थोडेच लागते? पण म्हणतात ना, नराणाम् मातुलक्रमः! त्याने त्याच्या मातामहांचा स्वभाव घेतला असावा, असे वाटते. त्यात पुन्हा आता श्रीपूरच्या घराण्यात त्याचा विवाह करून दिला, तेव्हापासून तर पोर अगदीच वाया गेला. ईश्वर करो, आमचा कनिष्ठ पुत्र तरी राजा होण्यास योग्य होवो! जे कार्य मी आरंभले आहे, ते शेवटास नेता आले नाही, तर मरताना माझे प्राण खचितच अडकतील. बरे, तर मग उदयादित्य अजून परतून आलेला नाही?''

मंत्री – ''नाही महाराज.''

जमिनीवर पाय आपटीत प्रतापादित्य म्हणाले, ''एखादा पहारेकरी त्यांच्याबरोबर का गेला नाही?''

मंत्री उत्तरले, ''एक जण जायला सज्ज झाला होता, पण युवराजांनी मना केले.''

प्रतापादित्यांनी विचारले, ''लपूनछपून, काही अंतर ठेवून मागोमाग का गेला नाही?''

मंत्री – ''पहारेकऱ्यांना काही वावगे असल्याची शंका आली नाही.''

प्रतापादित्य उसळून म्हणाले, ''शंका आली नाही? मंत्री, तुम्ही आम्हाला निष्कारण काहीबाही समजावण्याचा प्रयत्न करू नका. पहारेकऱ्यांनी कर्तव्यात मोठीच कसूर केलेली आहे. त्या वेळी प्रवेशद्वारावर कोण होते, त्यांना बोलावणे पाठवा. या घटनेमुळे आमची एखादी मसलत फिसकटली, तर मी कडक शिक्षा करीन. तसे झाले तर मंत्री, तुमचीही खैर नाही. या गोष्टीला कोणी जबाबदार नाही, याची रुजवात करायला तुम्ही आला आहात, तर मग याची जबाबदारी तुमच्यावर!''

प्रतापादित्याने पहारेकऱ्यांना बोलावणे पाठविले. काही क्षण गंभीर राहून प्रश्न केला – ''हं, दिल्लीश्वरांचे काय सांगत होतात?''

मंत्री – ''असे ऐकले की, आपल्या विरुद्ध कोणीतरी दिल्लीश्वरांकडे तक्रार केली आहे.''

प्रतापादित्य – ''कुणी? तुमच्या युवराज उदयादित्यांनी की काय?''

मंत्री– ''नाही महाराज, असे बोलू नका. कुणी केली आहे त्याचा शोध अजून मला लागला नाही.''

प्रतापादित्य – ''कोणीही करू दे. त्याचा जास्त विचार करू नका. दिल्लीश्वरांचा न्याय आम्ही करू. त्यांना शिक्षा ठोठावण्याची व्यवस्था आम्हीच करीत आहोत. ते पठाण अजूनही परतले नाहीत? उदयादित्य अजून आला नाही? पहारेकऱ्याला ताबडतोब बोलवा.''

३

निर्मनुष्य रस्त्यावरून युवराज विद्युत् वेगाने घोडा दौडवीत चालले होते. रात्र अंधारी होती; पण रस्ता लांबलचक, सरळ, प्रशस्त असल्यामुळे भीती वाटत नव्हती. रात्रीच्या स्तब्धतेत घोड्याच्या टापांचा आवाज घुमत होता. दोन-चार कुत्री भुंकत होती, दोन-चार कोल्हे दचकून रस्त्यावरून बांबूच्या वनात लपत होते. उजेड होता तो फक्त आकाशातले तारे आणि रस्त्याकडेच्या झाडावरल्या काजव्यांचा. आवाज होता तो केवळ रातकिड्यांच्या अविरत ओरडण्याचा. आणि माणसाचे अस्तित्व म्हणायला केवळ हाडांचा सापळाच उरलेली एक म्हातारी भिकारीण झाडाखाली झोपली होती.

पाच कोस रस्ता पार करून युवराज एका मैदानाकडे वळले. त्यांना घोड्याचा वेग आवरावा लागला. दिवसा पाऊस पडून गेला होता, त्यामुळे माती ओली होती. घोड्याचे पाय पावलोपावली रुतत होते. पळता-पळता पुढच्या पायांवर भार आल्याने घोडा तीन वेळा धडपडला. थकलेल्या घोड्याच्या नाकपुड्या विस्फारल्या होत्या. तोंडाला फेस आला होता. मागचे दोन पाय घासून रक्ताळले होते. बरगड्यांमधून आवाज निघत होता अन् सर्वांग घामाने भिजले होते. त्यातून ग्रीष्माचा कहर होता अन् वाऱ्याची झुळूकदेखील नव्हती. रस्ता मात्र अजून बराच बाकी होता.

पुष्कळ शेते व खाजणे पार करून अखेर युवराज एका कच्च्या रस्त्याला लागले. त्यांनी घोड्याला पुन्हा एकदा टाच मारून वेगाने दौडवले. घोड्याचा खांदा थोपटून त्याला उत्तेजन द्यायला "सुग्रीवऽऽ" अशी हाक मारली. त्याने दचकून कान टवकारले, टपोऱ्या डोळ्यांतून तिरप्या नजरेने आपल्या मालकाकडे पाहिले. मग मान झुकवून तो एकदा खिंकाळला. डोके ताणून लगाम सैल करून घेतला आणि मान खाली घालून प्राणपणाने धावू लागला. रस्त्याच्या दोन्ही बाजूंची झाडेझुडपे नीटशी दिसत नव्हती. आकाशाकडे पाहिले असता नक्षत्रांची दळे अग्निस्फुल्लिंगांप्रमाणे वेगाने उडून चालली आहेत, असे वाटत होते. आतापर्यंत स्तब्ध असणारा वारा

कानापाशी सों-सों असा आवाज करीत एकाएकी वाहू लागला.

रात्रीच्या तिसऱ्या प्रहरी मनुष्य वस्तीजवळ कोल्हे जेव्हा ओरडून गेले, तेव्हा युवराज शिमुलतलीच्या सराईच्या द्वारापाशी येऊन थांबले. त्यांचा घोडा त्या क्षणी गतप्राण होऊन भूमीवर कोसळला. त्यांनी त्याची पाठ थोपटली. त्याचे मस्तक उचलून धरले. "सुग्रीवऽऽ" म्हणून पुष्कळ हाका मारल्या, पण तो काही हलला नाही. दीर्घ नि:श्वास सोडून युवराजांनी द्वारावर थाप मारली. पुन:पुन्हा ठोठावूनही सराईच्या कारभाऱ्याने दरवाजा उघडला नाही. तो खिडकीतून म्हणाला, "इतक्या रात्रीचा कोण रे तू?"

एक सशस्त्र युवक द्वारापाशी उभा असलेला कारभाऱ्याला दिसला.

युवराज म्हणाले, "दरवाजा उघडा. एक गोष्ट विचारायची आहे."

तो म्हणाला, "द्वार उघडण्याची काय जरूर? विचार ना काय विचारायचे असेल ते."

युवराजांनी विचारले, "रायगडचे राजे वसंतराय इथे आहेत का?"

कारभारी उत्तरला, "हां, संध्याकाळच्या सुमारास ते येणार होते खरे; पण अजून आलेले नाहीत. आज येणार नाहीत बहुधा, असे वाटतेय."

दोन मोहरा खुळखुळवीत युवराज म्हणाले, "हे घे."

धावत येऊन दार उघडून कारभाऱ्याने त्या दोन मोहरा घेतल्या. मग युवराज त्याला म्हणाले, "तुमची सराई एकदा तपासून पाहू का, कोण कोण आहे ते?"

सराईवाला संशयाने म्हणाला, "नाही महाशय, ते नाही जमायचे."

उदयादित्य म्हणाले, "माझ्या वाटेत येऊ नकोस; मी राजाचा शिपाई आहे. दोन गुन्हेगारांच्या शोधात मी आलो आहे."

इतके बोलून ते सराईत शिरले. कारभाऱ्याने मग पुन्हा हरकत घेतली नाही. युवराजांनी सगळीकडे शोधून पाहिले. वसंतराय, त्यांच्याबरोबरचे लोक, पठाण कोणीही त्यांना दिसले नाहीत. झोपमोड झालेल्या दोन प्रौढा तेवढ्या किंचाळू लागल्या. "हात् मेल्या, मुडद्या! काय बघतोस असे?"

सराईतून बाहेर पडून युवराज विचार करू लागले. एकदा त्यांना वाटले, 'बरेच झाले; सुदैवाने आज इकडे आले नाहीत ते.' पुन्हा वाटले, 'याच्या आधीच्या एखाद्या सराईत राहिले असतील आणि त्यांना शोधत पठाण तिकडे जाऊन पोचले तर?' विचार करीत-करीत ते रस्त्याने चालू लागले. थोडे अंतर जाऊन पाहतात तो समोरून एक घोडेस्वार येत होता. तो जवळ आल्यावर ते म्हणाले, "कोण तो? रतन का रे?"

घोड्यावरून क्षणात उतरून युवराजांना प्रणाम करून रतन म्हणाला, "होय युवराज. आपण एवढ्या रात्री इकडे कसे?"

युवराज म्हणाले, ''तुला त्याचे कारण नंतर सांगीन. काकाआजोबा कुठे आहेत, ते सांग बरे आधी!''

''जी? ते तर सराईतच थांबणार होते!''

''काय सांगतोस! तिथे तर दिसले नाहीत मला.''

रतन चकित होऊन म्हणाला, ''तीस सेवकांबरोबर यशोहरला जाण्यासाठी महाराज निघाले आहेत. काही कामामुळे मी मागे राहिलो होतो. आज संध्याकाळी याच सराईत त्यांना येऊन मिळायचे, असे ठरले होते.''

''रस्त्यात पुष्कळ चिखल आहे, त्यामुळे पाऊलखुणा दिसतीलच. त्यांच्या मागावर मी त्यांचा शोध घ्यायला निघालो आहे. मी तुझा घोडा घेऊन जातो, तू ये पायी-पायी.''

४

निर्मनुष्य रस्त्याच्या कडेला पिंपळाच्या झाडाखाली ठेवलेल्या रिकाम्या पालखीत वसंतराय बसले होते. त्यांचे भोई किंवा अन्य कोणी जवळ नव्हते. केवळ एक पठाण पालखीबाहेर होता. माणसांचा गोंधळ दूरवर जात विरून गेला. रात्रीची शांतता पसरली. वसंतरायांनी विचारले.

"खाँसाहेब, तुम्ही नाही गेलात?"

पठाण म्हणाला, "हुजूर, मी कसा जाऊ? आमचे प्राण आणि संपत्तीच्या रक्षणासाठी आपण आपल्या सगळ्या सेवकांना पाठवून दिलेत. रात्रीच्या वेळी रस्त्याच्या कडेला आपणाला असे एकटे, रक्षकाशिवाय सोडून जाण्याइतका कृतघ्न मला समजू नका. आमचे कवी म्हणतात – जो माझ्यावर उपकार करतो, तो माझा ऋणको असतो, कारण कधीतरी ते ऋण त्याला फेडावे लागते; आणि जो माझ्यावर उपकार करतो, त्याच्याबद्दल मी कृतज्ञ राहतो, परंतु हे ऋण मी इहपरकाली कधीही फेडू शकत नाही."

वसंतराय मनोमन म्हणाले, 'वा, भला दिसतोय इसम!' काही क्षण विचार करून पालखीतून आपले डोके बाहेर काढून म्हणाले,

"खाँसाहेब, तुम्ही फार चांगले आहात!"

खाँसाहेबांनी ताबडतोब एक सलाम ठोकला. या प्रतिक्रियेबाबत त्यांचे अजिबात दुमत नव्हते. मशालीच्या उजेडात त्यांचा चेहरा न्याहाळीत वसंतराय म्हणाले, "तुम्ही बड्या खानदानातले असावेत, असे वाटतेय."

पुन्हा सलाम करीत पठाण म्हणाला, "क्या ताज्जुब महाराज! बरोब्बर ओळखलंत!"

वसंतराय म्हणाले, "मग सांप्रत काय करताय?"

पठाण निःश्वास सोडून म्हणाला, "हुजूर, दिवस मोठे वाईट आले आहेत. आता शेतीभाती करून कशीबशी गुजराण करावी लागतेय. कवी म्हणतात – हे दैवा, तू गवताला गवत केले आहेस, यात निष्ठुरता नाही; पण पिंपळाला

पिंपळाच्या जन्माला घालून नंतर मग वादळात त्याला गवताबरोबर धराशायी करतोस, त्यावरून तू पाषणहृदयी आहेस, हे मी जाणतो.''

वसंतराय हर्षभरित होऊन म्हणाले, ''वाहवा! वाहवा! काय मुद्द्याची गोष्ट बोलले आहेत कवी! साहेब, आत्ता ज्या दोन बयेत* सांगितल्यात, त्या दोन्ही मला लिहून द्याव्या लागतील बरे का!''

आपले दैव सुप्रसन्न झाले, हे पठाणाने ताडले. 'हा म्हातारा झकास दिसतोय. गरिबाच्या खूप कामी येईल.' त्याने विचार केला.

वसंतरायही विचारात पडले, 'आह! एके काळच्या या खानदानी माणसाची आज काय ही दुरवस्था! चंचला लक्ष्मीचा हा मोठाच अन्याय म्हणायचा!' मनोमन हळवे होत ते म्हणाले, ''एवढे तगडे शरीर तुम्हाला लाभले आहे, तुम्ही सैन्यात सरदार म्हणून विनासायास नोकरी मिळवू शकता.''

पठाण लगोलग म्हणाला, ''हुजूर, मिळेल तर काय! आमचा पेशाच आहे तो. आमचे बापजादे लढूनच मेले आहेत. माझीही एकमेव इच्छा तीच आहे. कवी म्हणतात....''

वसंतराय हसत-हसत म्हणाले, ''कवी काहीही म्हणोत. माझ्याकडे चाकरी पत्करलीत, तर तलवार हाती धरून मरण्याची इच्छा पुरी होईलही, पण ती म्यानातून उपसण्याचे भाग्य काही लाभायचे नाही. मी आत म्हातारा झालोय. प्रजा सुखासामाधानात नांदतेय. देव करो आणि यापुढे लढाई करण्याची गरजच न पडो. पुष्कळ वर्षे झाली, मी तलवार त्यागली आहे. आता तलवारीच्या जागी हिने माझे पाणिग्रहण केले आहे.'' असे म्हणून शेजारी झोपलेल्या सतारसखीला एक-दोन सूर छेडून त्यांनी जागे केले.

पठाण मान हलवून डोळे मिटून म्हणाला, ''अगदी बरोबर बोलताय! 'तलवारीने शत्रूवर विजय मिळवता येतो, पण संगीताने शत्रूला मित्र करता येते' अशी एक बयेत आहे.''

वसंतराय उद्गारले, ''काय म्हणालात खाँसाहेब? संगीताने शत्रूला मित्र करता येते? काय आश्चर्य!'' आणि नि:शब्दपणे काही काळ विचार करू लागले. जसजसा विचार करू लागले तसे अधिकाधिक चकित होऊ लागले. काही क्षणांनंतर त्या उर्दू काव्यपंक्तींचे निरूपण करू लागले. ''तलवार एवढी भयानक वस्तू; पण तिलाही शत्रूच्या शत्रुत्वाचा नाश करता येत नाही. करता येईल तरी कसा? रोग्याला मारून टाकून रोग बरा करणे, याला आरोग्य म्हणता येईल का? पण संगीत ही इतकी मधुर गोष्ट आहे की, शत्रूचा नाश न करताही शत्रुत्व नष्ट करता येते. हे काय

---

* बयेत - उर्दू काव्य

सामान्य कवित्व झाले? वाहव्वा! किती तारीफ करावी!''

म्हातारबुवा इतके उत्तेजित झाले की, पालखीच्या बाहेर पाय सोडून बसले. पठाणाला आणखी जवळ बोलावून घेऊन म्हणाले, ''तलवारीने शत्रूला जिंकता येते, पण संगीताने शत्रूला मित्र करून घेता येते; होय ना खाँसाहेब?''

पठाण म्हणाला, ''बरोबर हुजूर!''

वसंतराय म्हणाले, ''तुम्ही रायगडावर जा. मी यशोहरला जाऊन परतलो की, तुम्हाला यथायोग्य मदत करीन.''

पठाण उत्फुल्ल होऊन म्हणाला, ''आपण मनात आणलेत, तर काय करू शकणार नाही!'' 'बरा गुंडाळला आहे म्हाताऱ्याला.' असे मनोमन म्हणत त्याने उघडपणे विचारले, ''आपल्याला सतार वाजवता येते?''

वसंतराय ''हो!'' म्हणाले आणि तत्क्षणी त्यांनी सतार उचलून घेतली. बोटात नखी अडकवून बिहाग आळवू लागले. मधून-मधून मान हलवीत पठाण ''वाहवा! खाशी!'' अशी दाद देत होता. हळूहळू वसंतराय इतके रंगात आले की, पालखीत बसून राहणे त्यांना अशक्य झाले. ते बाहेर येऊन वाजवू लागले. वाजविता-वाजविता आपल्या मानमर्यादा, स्थानाचे गांभीर्य इत्यादीचा विसर पडून ते गाऊ लागले –

''कैसे काटूँगी रैन, सो पिया बिनाऽऽ''

गाणं थांबल्यावर पठाण म्हणाला, ''वाहवा! काय सुरेल आवाज आहे!''

वसंतराय म्हणाले, ''नाही. मला वाटते, नि:स्तब्ध रात्री, मोकळ्या मैदानात सर्वांचाच आवाज गोड वाटतो. कारण मी रियाज तर पुष्कळ करतो, पण माझ्या आवाजाची कुणी तितकीशी प्रशंसा करीत नाही. तरीही देवाने जितके रोग उत्पन्न केले आहेत, त्या सगळ्यांवर कोणते ना कोणते औषध निर्माण केले आहे. तसेच जेवढे गळे आहेत, त्यातल्या प्रत्येकाला एकतरी श्रोता दिलेला आहेच. माझ्याही गळ्यावर खूष असणारी दोन तरुण माणसे आहेत. नाहीतर साहेब, एव्हाना हे गळ्याचे दुकान मी बंद करून टाकले असते! पण दोन अडाणी ग्राहक आहेत – मालाची पारख नाही, त्यांच्याकडूनच मिळते वाहव्वा! पुष्कळ दिवस त्या दोघांना भेटलो नाही. गाणंबिणे बंद आहे, म्हणून निघालोय धावत! मनसोक्त गाणे ऐकवून, जिवावरचा भार हलका करून घरी परतेन.'' वृद्धाच्या क्षीण, थकलेल्या नेत्रज्योती स्नेह आणि आनंदाने उजळून उठल्या.

पठाण मनोमन म्हणाला, 'एक इच्छा तर झालीच आहे पुरी. गाणे ऐकवून झालेय, आता प्राणांचा भार मीच हलका करून टाकू का? तोबा-तोबा! काय हा विचार? काफराला मारल्याचे पुण्य मिळेल खरे, पण ते पुण्य आजवर इतके कमावलेय की, परलोकाची फारशी चिंता नाही. मात्र इहलोकाचा विचार करू जाता

या काफराला न मारता त्याचा उपयोग करून घेणे कठीण जाऊ नये.'

काही काळ गप्प राहिल्यावर वसंतरायांना राहवेना. त्यांच्या भावना अनावर झाल्या. पठाणाजवळ झुकत ते कुजबुजले, "कुणाबद्दल बोलतोय मी, कळले का साहेब? माझा नातू आणि नात!" बोलता-बोलता ते उतावीळ झाले. 'कधी एकदा आपले सैनिक परततील.' असा विचार करू लागले. पुन्हा सतारीवर सूर छेडू लागले आणि गाऊ लागले.

एक घोडेस्वार जवळ येऊन म्हणाला, "हुश्श! सुटलो बुवा! आजोबा, इतक्या रात्री रस्त्याच्या कडेला कुणाला गाणे ऐकवताय?"

आनंद आणि आश्चर्याने भारावलेल्या वसंतरायांनी तत्क्षणी पालखीवर सतार ठेवली आणि उदयादित्यांना हात धरून घोड्यावरून उतरवून घेतले आणि त्यांना दृढ आलिंगन दिले. विचारले, "काय खबर दादा? दीदी बरी आहे ना?"

उदयादित्य म्हणाले, "सर्वकाही मंगल आहे."

मग वसंतरायांनी हसत-हसत सतार उचलली आणि ती वाजवीत, मान हलवीत गाऊ लागले –

प्रिया, अवेळी कसा रे अवतरलास?
भासते हे स्वप्न अथवा होतसे मजला भास!
चंद्रावलीच्या कुंजात प्रेमादरात होतास नहात
प्रणयाची आस तुझी मिटली का इतुक्यात?
अजून नाही सरली रात अजुनी झाली नाही प्रभात
राधिकेचा अजुनही संपला न अश्रुपात
चंद्रावलीचा कुसुमसाज अजूनही न कोमेजला आज
चकोरा रे मावळला का चंद्रमुखीचा मधुर हास्यसाज!

पठाणाकडे पाहत उदयादित्यांनी वसंतरायांच्या कानात कुजबुजत प्रश्न केला, "काकाआजोबा, हा काबुली कुठून मिळवलात?"

वसंतराय लगबगीने म्हणाले, "खाँसाहेब मोठे छान आहेत. समझदार माणूस! आजची रात्र यांच्यामुळे मोठी आनंदात गेली."

उदयादित्याला पाहून खाँसाहेब मनोमन चरकले होते. काय करावे, ते त्यांना समजत नव्हते.

उदयादित्यांनी आजोबांना विचारले, "तुम्ही सराईत न जाता इथे कसे?"

पठाण एकाएकी म्हणाला, "हुजूर, अभय मिळाले, तर एक गोष्ट सांगतो. आम्ही राजा प्रतापादित्याचे प्रजाजन आहोत. महाराजांनी मला आणि माझ्या भावाला आज्ञा केली की, आपण जेव्हा यशोहरजवळ पोहोचाल, तेव्हा वाटेत आपला खून करावा!"

वसंतराय चमकून उठले आणि 'राम राम' म्हणू लागले.

उदयादित्य म्हणाले, "पुढे बोला."

पठाण सांगू लागला– "आम्ही कधी असे काम केलेले नाही, असे सांगून विरोध केला, तर त्यांनी आम्हाला नाना प्रकाराने भीती दाखवली. या कामासाठी आम्हाला नाइलाजाने बाहेर पडावे लागले. वाटेत आपली ओळख झाली. 'गावावर डाकूंचा हल्ला झालाय' म्हणून माझा भाऊ रडून-भेकून आपल्या सेवकांना घेऊन गेला. आपल्याला मारण्याची जबाबदारी माझ्यावर होती. परंतु महाराज, राजाज्ञा असूनही असे कृत्य करण्यास मी प्रवृत्त झालो नाही. कारण आमचे कवी म्हणतात, 'राजाज्ञेने, प्रभूच्या आज्ञेने साऱ्या पृथ्वीचा नाश कर; परंतु सावधान! स्वर्गाच्या एका कोपऱ्यालाही धक्का लावू नकोस.' हा गरीब आता महाराजांना शरण आला आहे. यशोहरला परत गेलो, तर माझा सर्वनाश होईल. आता आपण माझे रक्षण केलेत, तरच मला तरणोपाय आहे." असे बोलून हात जोडून तो उभा राहिला.

वसंतराय अवाक् होऊन उभे होते. काही क्षणांनंतर ते पठाणाला म्हणाले, "तुम्हाला मी एक पत्र देतो. ते घेऊन तुम्ही रायगडावर निघून जा. मी परतून आल्यावर तुमची सोय लावतो."

उदयादित्य म्हणाले, "काकाआजोबा, तुम्ही आता यशोहरला जाणार की काय?"

वसंतराय म्हणाले, "होय रे बाबा!"

उदयादित्य चकित होऊन म्हणाले, "हे काय भलतेच!"

वसंतराय म्हणाले, "प्रताप मला परका नाही. हजार अपराध केले, तरी तो माझ्या नितांत स्नेहाचा धनी राहीलच. माझे काही वैयक्तिक नुकसान होईल, अशी भीती मला वाटत नाही. मी तर भवसागराच्या पैलतीरावर उभा आहे. एक लाट आली की, संपले माझे सारे! पण हे पापकृत्य केल्याने प्रतापच्या इहलोक आणि परलोकाची हानी होते आहे, या विचाराने मी अस्वस्थ झालो आहे. त्याला आलिंगन देऊन हे सगळे एकदा समजावून सांगतो."

बोलता-बोलता वसंतरायांच्या डोळ्यांत पाणी आले. उदयादित्याने दोन्ही हातांनी डोळे झाकून घेतले.

तेवढ्यात वसंतरायांचे सेवक गलबला करीत परतले.

"महाराज कुठे आहेत? महाराज कुठे आहेत?"

"इथेच आहे बाबा! मी आणखी कुठे जाणार?"

सगळे एकसुरात म्हणाले, "तो भुंडा लेकाचा कुठे आहे?"

वसंतराय वैतागून मध्ये पडत म्हणाले, "हां-हां बाबांनो, खाँसाहेबांना कोणी काही बोलू नका."

एक सेवक म्हणाला, ''आज महाराज, फारच त्रास झाला, आज ते....''

दुसरा सेवक म्हणाला, ''तू थांब रे! मी सगळे नीट, व्यवस्थितशीर सांगतो. तो पठाण बेटा आम्हाला घेऊन गेला सरळ-सरळ रस्त्याने आणि शेवटी डावीकडे एका आमराईमधून....''

तिसरा – ''नाही रे, ते बाभुळबन होते.''

चौथा – ''डावीकडे नव्हते, उजवीकडे होते ते.''

दुसरा – ''चल वेड्या, ते डावीकडेच होते.''

चौथा – ''तू म्हणतोस म्हणून ते डावीकडे होते?''

दुसरा – ''ते डावीकडे नसते, तर मग तो तलाव....''

उदयादित्य – ''होय बाबा, बहुधा ते डावीकडेच असावे, असे दिसतेय. त्याच्या पुढचे सांगा.''

दुसरा सेवक म्हणाला, ''जी. तर त्या डाव्या हाताच्या आमराईमधून एका माळावर घेऊन गेला. किती शेते, माळ, जमिनी, खाजणे, बांबूची वने पार करून गेलो; पण गाव कुठे नजरेस पडेना. असे करून तीन तास भटकून गावाजवळ पोचल्यावर तो बेटा कुठे पळाला, त्याचा पत्ताच लागला नाही!''

पहिला – ''त्याला बघूनच मला वाटले होते की, काहीतरी काळेबेरे आहे.''

दुसरा – ''मलाही वाटले होते की, असे काहीतरी होणार.''

तिसरा – ''हा भुंडा आहे, हे बघितल्याबरोबरच मला शंका आली होती.''

शेवटी सगळ्यांचेच एकमत झाले की, त्यांना सगळे आधीच ठाऊक होते.

५

प्रतापादित्य म्हणाले, ''बघा बरं मंत्री, ते दोघे पठाण अजूनही का आले नाहीत ते!''

मंत्री हळूच म्हणाले, ''त्यात माझा काही दोष नाही महाराज.''

प्रतापादित्य कातावून म्हणाले, ''इथे दोषाची चर्चा चाललेली नाहीये. त्यांना उशीर झाला आहे, त्याचे काहीतरी कारण असणारच ना? तुमचा काय अंदाज आहे, तेवढेच मी विचारतो आहे.''

मंत्री – ''शिमुलतली इथून पुष्कळ दूर आहे. तिथवर जायला, काम पुरे करायला आणि परतून यायला वेळ लागणारच ना!''

मंत्र्यांच्या बोलण्याने प्रतापादित्यांचे समाधान काही झाले नाही. त्यांची अशी इच्छा होती की, प्रतापादित्यांच्या मनात जो कयास होता, तो मंत्र्यांनी जसाच्या तसा बोलून दाखवावा; पण मंत्री त्या दिशेला वळलेच नाहीत.

प्रतापादित्य म्हणाले, ''उदयादित्य काल रात्री बाहेर पडले आहेत?''

मंत्री – ''जी हाँ, ते तर मी आपल्याला आधीच सांगितलेय.''

प्रतापादित्य घुश्श्यातच म्हणाले, ''आधीच सांगितलेय! अगदी योग्य वेळीच सांगितलेत की नाही! केव्हातरी एकदाचे सांगून टाकले की, संपले की काय तुमचे काम? उदयादित्य पूर्वी असा मुळीच नव्हता. श्रीपूरच्या जमीनदाराच्या मुलीने नक्कीच त्याला चुकीचा सल्ला दिला असणार. तुम्हाला काय वाटते?''

मंत्री अगतिकतेने म्हणाले, ''मी काय बोलू महाराज?''

प्रतापादित्य म्हणाले, ''तुमच्याकडून वेदवाक्य ऐकण्याची माझी इच्छा आहे की काय? तुमचा अंदाज काय आहे, तेवढेच सांगा ना!''

मंत्री उत्तरले, ''आपणाला महाराणीकडून सूनबाई युवराज्ञींची सगळी खबर समजते. यासंबंधी आपणच अंदाज बांधू शकता. मी कसा काय काही अंदाज करू?''

एवढ्यात एका पठाणाने दालनात प्रवेश केला.

प्रतापादित्य म्हणाले, ''काय झाले? काम फत्ते केलेत का?''

पठाण उत्तरला, ''होय महाराज, एव्हाना फत्ते झाले असेल.''

प्रतापादित्यांनी चिडून विचारले, ''याचा अर्थ काय? म्हणजे, तुम्हाला ठाऊक नाही?''

पठाण गडबडून म्हणाला, ''जी हाँ, माहीत आहे. काम फत्ते झाले आहे, यात काहीच शंका नाही... पण त्या वेळी मी हजर नव्हतो.''

प्रतापादित्य न उमजून म्हणाले, ''मग काम फत्ते झाले तरी कसे?''

पठाणाने खुलासा केला, ''आपल्या सल्ल्याप्रमाणे त्यांच्याबरोबरच्या लोकांना वेगळे करून मी निघून आलो; हुसेन खाँने काम फत्ते केले.''

प्रतापादित्य – ''आणि केले नसेल तर?''

पठाणाने ग्वाही दिली, ''महाराज, माझे शिर मी जामीन ठेवतो आहे.''

प्रतापादित्य – ''अच्छा, तुम्ही पलीकडे प्रतीक्षा करा. तुमचा भाऊ परतून आला की, मग इनाम मिळेल.''

दूरवर दारावरच्या पहारेकऱ्यांच्या ताब्यात पठाण थांबून राहिला.

प्रतापादित्य पुष्कळ वेळ नि:शब्द राहिले. मग मंत्र्याला म्हणाले, ''प्रजाजनांना हे अजिबात कळू नये, यासाठी प्रयत्न करावे लागतील.''

मंत्री म्हणाले, ''महाराज रागावणार नसतील तर सांगतो – हे उजेडात येईलच.''

प्रतापादित्य – ''हे तुम्ही कसे जाणता?''

मंत्री म्हणाले, ''यापूर्वी आपल्या काकांबद्दलचा द्वेष आपण अगदी जाहीरपणे प्रकट केलेला आहात. आपल्या कन्येच्या विवाहाच्या वेळी आपण वसंतरायांना आमंत्रण धाडले नाहीत. ते निमंत्रण नसताना आपण होऊन उपस्थित राहिले होते. आज आपण अचानक त्यांना विनाकारण निमंत्रण पाठविलेत आणि रस्त्यात कुणीतरी त्यांची हत्या केली, तर या घटनेच्या मुळाशी आपणच आहात, असे प्रजाजन समजतील.''

प्रतापादित्य रुष्ट होऊन म्हणाले, ''तुमच्या मनातला भाव मला काही उमगत नाही. मंत्री, जणू ही गोष्ट जगजाहीर झाल्याने तुम्हाला आनंदच होणार आहे. आमची निंदा चोहीकडे झाल्याने जणू तुमची मनोकामनाच पूर्ण होणार आहे. नाहीतर 'सगळीकडे जाहीर होईलच' असे तुम्ही दिवसरात्र कशासाठी बोलत असता? ही गोष्ट जगजाहीर होण्याचे मला तरी काही कारण दिसत नाही. पण आता वाटतेय, आणखी काही कारणाने बातमी जगजाहीर झाली नाही, तरी तुम्ही मात्र दारोदार सांगत हिंडाल!''

मंत्री म्हणाले, ''महाराज, क्षमा असावी. आपल्याला माझ्यापेक्षा सर्वच विषयांत खूप जास्त समजते. आपल्याला सल्ला देणे, हे आमच्यासारख्या अल्पबुद्धी लोकांसाठी फार कठीण काम! तरीही आपण पारखून-निवडून मला मंत्री म्हणून नेमलेत, त्यामुळे साहस करून माझ्या अल्प मतीला जे वाटते, ते मधून-मधून मी

आपणाला सांगत असतो. त्या सल्ल्यामुळे आपण रुष्ट होत असाल, तर या दासाला त्याच्या जबाबदारीतून मुक्त करावे.''

आता प्रतापादित्य सुतासारखे सरळ झाले. मंत्री जेव्हा त्यांना एखाददोन कठोर गोष्टी अधून-मधून सुनावीत, तेव्हा प्रतापादित्य मनातून संतुष्ट होत.

प्रतापादित्य म्हणाले, ''मी असा विचार करीत होतो की, त्या दोघा पठाणांना मारून टाकले, तर या प्रकरणात भयाचे काही कारण राहणार नाही.''

मंत्री म्हणाले, ''एक खून दडपून टाकणे कठीण; तीन खून पचवणे साफच अशक्य! प्रजेला कळणारच.''

मंत्री आपल्या मतापासून ढळले नाहीत.

प्रतापादित्य म्हणाले, ''मग तर माझी भयाने गठडीच वळून जाईल! प्रजेला सारे समजणार? पण मंत्री, तुम्ही हे विसरता आहात की, यशोहर म्हणजे रायगड नव्हे. इथे प्रजेचे राज्य नाही. इथे राजा सोडून इतरांची सत्ता चालत नाही. तेव्हा मला तुम्ही प्रजेचे भय दाखवू नका. या विषयासंबंधात कोणी प्रजाजन आमच्या विरोधात काही बोललाच, तर तापलेल्या लोखंडाने त्याची जीभ जाळून टाकू!''

मंत्री मनात हसले. मनोमन म्हणाले – 'प्रजाजनांच्या जिव्हेचं इतकं भय? तरीही मी प्रजेला घाबरत नाही, असा मनाला दिलासा देत आहेत!'

प्रतापादित्य पुढे म्हणाले, ''श्राद्धशांती आटोपल्यावर माणसे घेऊन एकदा रायगडला जावे लागेल. रायगडच्या सिंहासनाचा माझ्याखेरीज कोणी वारस मलातरी दिसत नाही.''

वृद्ध वसंतरायांनी त्या दालनात हळूहळू प्रवेश केला. प्रतापादित्य दचकून मागे सरकले. त्यांना वाटले, कुणी दैवी आत्मा तर आला नाही? हतबुद्ध झाल्याने त्यांच्या तोंडून शब्द फुटेना. वसंतराय प्रतापरायांच्या जवळ येऊन त्यांच्या अंगावरून हात फिरवून मृदू स्वरात म्हणाले, ''मला रे कशाचे भय प्रताप? मी तुझा काका आहे आणि तेवढ्यानेही तुझे समाधान होत नसेल, तर मी वृद्ध आहे. तुझे काही अनिष्ट करू शकेन, एवढे बळ माझ्या अंगात नाही.''

वसंतराय पुन्हा हळुवारपणे म्हणाले, ''प्रताप, बोल काहीतरी. मला पाहून तुला लाज व संकोच वाटण्यासारखे एखादे कृत्य दैववशात तुझ्या हातून घडले असेल, तर त्याचा विचार सोडून दे. मी तुला त्याबद्दल काहीही विचारणार नाही. ये वत्सा, दोघे एकदा उराउरी भेटू या. आज अनेक दिवसांनी आपली भेट होते आहे. आता फार दिवस अशा भेटी होणार नाहीत.''

शेवटी प्रतापादित्यांनी उठून काकांना प्रणाम केला आणि गळामिठी घातली. दरम्यान मंत्री त्या दालनातून हळूच बाहेर निघून गेले. वसंतराय किंचित स्निग्ध हसून प्रतापादित्यांच्या अंगावर हात ठेवून म्हणाले, ''वसंतराय फार दिवस जगलाय, होय ना प्रताप? वेळ झालीच आहे, अजून हाक कशी आली नाही, ते केवळ एक

विधाताच जाणे! पण आता फार उशीर नाही.''

वसंतराय काही क्षण गप्प राहिले. प्रतापादित्यांनी काहीच प्रतिक्रिया दर्शविली नाही. वसंतराय पुन्हा म्हणाले, ''तर मग स्पष्टच बोलतो सगळेकाही. तू माझ्यावर शस्त्र उगारलेस, या गोष्टीने मला शस्त्रापेक्षा खोल जखम झाली. (बोलता-बोलता त्यांच्या डोळ्यांत पाणी आले.) पण मी अजिबात रागावलो नाही. मी तुला दोनच गोष्टी सांगणार आहे – माझा खून करू नकोस प्रताप. त्याने तुझे इह-परलोकी भले होणार नाही. इतके दिवस जर माझ्या मृत्यूची वाट पाहत तू थांबून राहिलास, तर आणखी दोन दिवस धीर निघणार नाही? एवढ्यासाठी पापाचा धनी का होतोस?''

वसंतरायांनी अपेक्षेने पाहिले; पण प्रतापादित्यांनी काही उत्तर दिले नाही. चूक नाकारली नाही वा पश्चात्तापही प्रकट केला नाही. वसंतरायांनी ताबडतोब दुसरा विषय काढला. म्हणाले, ''प्रताप, एकदा रायगडला चल. पुष्कळ दिवस झाले, तू आला नाहीस. तिथे तुला पुष्कळ बदल दिसेल. सैन्याने आता तलवार टाकून नांगर धरला आहे. सैनिकांची वसतिस्थाने होती, तिथे आता अतिथीगृहे....''

इतक्यात पळून जाऊ पाहणारा पठाण प्रतापादित्यांच्या नजरेस पडला. त्यांना राहवले नाही. मनातला साचलेला सारा रोष लाव्हारसाप्रमाणे उफाळून आला. वज्रस्वरात ते कडाडले, ''खबरदार! सोडू नका त्याला! पकडून ठेवा!'' असे म्हणून वेगाने पावले टाकीत ते महालाबाहेर निघून गेले.

मंत्र्यांना बोलावून राजे प्रतापादित्य म्हणाले, ''राजकार्याकडे तुमचे अगदी दुर्लक्ष होताना दिसून येतेय.''

मंत्री शांतपणे म्हणाले, ''महाराज, या बाबतीत माझी काही चूक नाही.''

प्रतापादित्य तारस्वरात म्हणाले, ''मी कोणत्याही विशिष्ट विषयाचा उल्लेख केला आहे का? मी म्हणतोय की, राजकार्याकडे तुमचे फार दुर्लक्ष होतेय, असे दिसतेय. त्या दिवशी तुमच्याकडे एक पत्र ठेवायला दिले, ते तुम्ही हरवून टाकलेत.''

दीड महिन्यापूर्वी अशी एक घटना घडली होती खरी; परंतु तेव्हा मंत्र्यांना एका शब्दानेही महाराज बोलले नव्हते.

''आणखीन एकदा उमेशरायांकडे जायचा तुम्हाला आदेश दिला, तर तुम्ही माणूस पाठवून काम उरकलेत. चूप रहा! सफाई देण्याचा खोटा प्रयत्न करू नका. काहीही असो. तुम्हाला बजावून ठेवतोय की, राज्यकारभाराकडे तुमचे मुळीच लक्ष नाही, हे योग्य नव्हे!''

राजाने पहारेकऱ्यांना बोलावून घेतले. रात्रीच्या पहारेकऱ्यांना याआधी पगार-कपातीची शिक्षा झाली होती. आता त्यांना तुरुंगात टाकण्याची आज्ञा झाली.

अंतःपुरात जाऊन महाराणींना बोलावून महाराज म्हणाले, ''राणीसाहेब, राजपरिवारामध्ये फार बेशिस्त माजलेली दिसते. उदयादित्य पूर्वी असा नव्हता.

आता तो सारखा बाहेर जातो. प्रजाजनांच्या कामात मदत करतो. आमच्या मताविरुद्ध वागतो. ह्या सगळ्याचा अर्थ काय?''

महाराणी भयभीत होऊन म्हणाल्या, ''महाराज, त्याचा काही अपराध नाही. या साऱ्या अनर्थाचं मूळ ती सूनबाई आहे. माझा पोर आधी असा नव्हता. ज्या दिवशी श्रीपूरच्या घराण्यात त्याचा विवाह झाला, त्या दिवसापासून उदय इतका कसा बदलला काही कळत नाही.''

महाराजांनी सुरमेला धाकात ठेवण्याचा आदेश दिला व ते बाहेर पडले.

महाराणींनी उदयादित्याला बोलावणे पाठवले. उदयादित्य आल्यावर त्यांच्या मुखाकडे पाहून म्हणाल्या, ''अरेरे! माझ्या पोर सुकून काळवंडला आहे. लग्नाआधी पोराचा रंग कसा होता – तापलेल्या सोन्यासारखा! तुझी अशी दशा कुणी केली? बाबा रे, सूनबाई तुला जे सांगते, ते मनावर घेऊ नकोस. तिचे ऐकूनच तुझी अशी दशा झाली आहे.''

सुरमा घुंघट ओढून एका कोपऱ्यात गुपचूप उभी होती. महाराणी बोलू लागल्या, ''तिचा जन्म कनिष्ठ कुळात झालाय. ती तुला साजेशी तरी आहे का? ती तुला काय सल्ला देणार? मी खरे-खरे सांगतेय, ती तुला कधीच योग्य सल्ला देत नाही. तुझे वाईट झाल्यावरच तिला बरे वाटते! अशा राक्षशिणीबरोबर महाराजांनी तुझा विवाह करून दिला!''

आणि महाराणींनी आसवे ढाळायला सुरुवात केली.

उदयादित्याच्या भव्य कपाळावर घर्मबिंदू दिसू लागले. आपल्या मनाची अस्वस्थता इतरांना कळू नये, म्हणून त्यांनी आपले विशाल नेत्र दुसरीकडे वळवले.

एक जुनी वृद्ध दासी तिथेच बसली होती, ती हात नाचवीत बोलू लागली, ''श्रीपूरच्या पोरींना जादूटोणा येतो. नक्कीच बाळाला वशीकरणाचे औषध घातलेय.'' असे म्हणून, उठून ती उदयादित्याजवळ जाऊन म्हणाली, ''बाबा, तुला औषध घातलेय तिने. ही जी मुलगी दिसते ना, ती काही साधीसुधी नाही; श्रीपूरच्या खानदानातली आहे. या मुली चेटकिणी असतात. अयाईऽ, बाळाचे शरीर पार सुकून गेलेय!'' असे म्हणून तिने सुरमेच्या दिशेने बाणासारखा तीक्ष्ण कटाक्ष टाकला आणि पदराने दोन्ही हातांनी दोन्ही कोरडे डोळे चोळून लाल करून टाकले. ते पाहून महाराणींचे दुःख अगदी उचंबळून आले. अंतःपुरातल्या म्हाताऱ्या बायकांमध्ये रडण्याची लागण पसरली. रडण्यासाठी राणीच्या महालात सगळ्या एकत्र जमल्या. उदयादित्याने करुण नजरेने सुरमेच्या तोंडाकडे पाहिले. सुरमेला ते पदराआडून दिसले आणि मग डोळे पुसून एक शब्दही न बोलता ती आपल्या महालात हळूहळू निघून गेली.

संध्याकाळी महाराणी प्रतापादित्यांना म्हणाल्या, ''आज उदयला सगळे समजावून सांगितले. माझा बाळ तसा नाहीये. समजावून सांगितले की ऐकतो. आज त्याचे डोळे उघडले.''

६

विभाच्या म्लान मुखाकडे पाहून सुरमेला अगदी राहावले नाही. तिला जवळ घेऊन सुरमा म्हणाली, ''विभा, तू अशी गप्प-गप्प का राहतेस? तुझ्या मनात जे येते, ते लगेच बोलून का टाकत नाहीस?''

विभा हलक्या आवाजात म्हणाली, ''बोलण्यासारखे काय उरलेय माझ्यापाशी?''

सुरमा म्हणाली, ''इतके दिवस त्यांना भेटली नाहीस; तुझे मन तळमळत असेलच ना? तू त्यांना इथे येण्याबद्दल एक पत्र लिही ना! मी तुझ्या दादामार्फत ते पाठवून देण्याची व्यवस्था करते.''

विभेचे स्वामी चन्द्रद्वीपाधिपती रामचंद्रराय यांच्यासंबंधी बोलणे सुरू होते.

विभा मान खाली घालून बोलू लागली, ''इथे कोणी त्यांना मान देत नसेल, कुणी त्यांना बोलावून घेण्याचा विचार करीत नसेल, तर ते इथे न आलेलेच बरे. ते आपण होऊन आले तरी मी त्यांना मनाई करीन. ते राजे आहेत. जिथे त्यांचा आदर होत नसेल, तिथे त्यांनी कशासाठी यावे? आमच्यापेक्षा ते कशात कमी आहेत, म्हणून पिताजींनी त्यांचा अपमान करावा?'' बोलता-बोलता विभाला राहवले नाही. तिचा चेहरा लाल झाला आणि ती रडू लागली.

सुरमेने विभेचे मुख आपल्या छातीवर विसावले आणि तिच्या डोळ्यांतले पाणी पुसत ती म्हणाली, ''बरे तर विभा, तू जर पुरुष असतीस तर काय केले असतेस? आमंत्रण मिळाले नाही, म्हणून काय सासुरवाडीला गेली नसतीस?''

विभा उत्तरली, ''नाही, ते जमले नसते मला. मी जर पुरुष असते, तर सासुरवाडीला त्वरित गेले असते. मान-अपमानाचा काही विचार केला नसता; पण म्हणून त्यांचा मान ठेवून त्यांना बोलावणे धाडले नाही, तर त्यांनी का यावे?''

विभा इतकी कधीच भरभरून बोलली नव्हती. आज अनावर होऊन ती खूप बोलली होती. आता तिला लाज वाटू लागली. मनात आले, 'जरा जास्तच बोलून बसले मी! शिवाय, ज्या प्रकारे बोलले, त्याची फारच लाज वाटतेय.' हळूहळू

तिच्या मनाची अस्वस्थता वाढली आणि ते दु:खाच्या मोठ्या ओझ्याखाली दबून जाऊ लागले.

दोन्ही हातांनी तोंड झाकून घेऊन सुरमेच्या कुशीत डोके ठेवून विभाने डोळे मिटून घेतले. सुरमा मस्तक झुकवून तिच्या दाट केसांतून आपली कोमल बोटे फिरवू लागली. असाच पुष्कळ वेळ गेला. दोघींच्या तोंडातून शब्दही फुटत नव्हता. विभेच्या डोळ्यांतून एकेक थेंब अश्रू गळत होते आणि सुरमा ते हलके-हलके टिपत होती.

बऱ्याच वेळाने जेव्हा संध्याकाळ झाली, तेव्हा विभा सावकाश उठून बसली आणि डोळ्यांतले पाणी पुसून किंचित हसली. 'किती पोरकटपणा केला आज!' असा त्या हसण्याचा मथितार्थ होता. नंतर तोंड फिरवून बाजूला सरकून निघून जाऊ लागली.

सुरमेने काही न बोलता तिचा हात धरून ठेवला. आधीची गोष्ट पुन्हा उकरून न काढता म्हणाली, ''विभा, ऐकलेस का, काकाआजोबा आले आहेत!''

विभा आश्चर्याने म्हणाली, ''काकाआजोबा आले आहेत!''

सुरमा उत्तरली, ''हो.''

विभेने अधीर होऊन विचारले, ''कधीचे आले आहेत?''

सुरमा म्हणाली, ''जवळपास चौथ्या प्रहरी.''

विभाने विचारले, ''अजूनही आपल्याला भेटायला आले नाहीत ते?''

विभाच्या मनात थोडासा अहंकार जागा झाला. काकाआजोबांनी आपल्याकडे लक्ष द्यावे, याबाबत विभा अतिशय जागरूक असायची. इतकी की, एकदा वसंतराय उदयादित्याशी पुष्कळ वेळ खलबते करीत राहिल्याने विभेला अंत:पुरात त्यांची वाट तीन प्रहर पाहावी लागली होती. तिला भेटायला ते अजिबात गेले नाहीत म्हणून विभेला इतका त्रास झाला होता की, तिने या विषयावर जरी काही बोलून दाखवले नाही, तरी काकाआजोबांबरोबर हसतमुखाने बोलणे काही तिला जमले नव्हते.

महालात प्रवेश करताच वसंतराय हसत-हसत गाऊ लागले–

आज आलो तुझ्या भेटी फारा दिवसांनी

भिऊ नको सुखे राही

फार काळ थांबणार नाही

दोन घडी केवळ आलो भेटीलागी

पाहीन तव मुख मधुर

ऐकेन बोल दोन मधुर

आडून पाहून तुझे हसू जाईन दूर देशी

गीत ऐकून विभा मान झुकवून हसली. तिला अतिशय आनंद झाला होता आणि त्याच वेळी आपला आनंद कुणाला कळू नये, अशी धडपड करताना ती बावरली होती.

सुरमेने विभेची हनुवटी धरून वर करीत म्हटले, ''काकाआजोबा, विभेचे हास्य पाहायला आडोशाला जावे नाही लागणार, बरे का!''

वसंतराय चेष्टेने म्हणाले, ''नाही, विभेने विचार केलाय, मी अगदीच नाही हसले, तर म्हातारा हलायचाच नाही; तर थोडीशी हसतेच! त्या डाकिणीचा मतलब मी पक्का ओळखून आहे. मला हाकलण्याचे बहाणे आहेत सगळे! पण इतक्या लवकर ते काही जमणार नाहीये. आता आलोच आहे, तर तिला छानपैकी छळून घेईन म्हणजे मग पुन्हा भेट होईपर्यंत आठवणीत राहील!''

सुरमा हसून म्हणाली, ''हे बघा काकाआजोबा, विभा माझ्या कानात म्हणतेय, आठवणीत राहावे एवढाच हेतू असेल, तर जेवढे छळले आहे तेवढेच खूप झालेय. आणखी नव्याने नकोय छळायला!''

सुरमेचे बोलणे ऐकून वसंतरायांना फार आनंद वाटला. ते हसू लागले.

विभा गडबडून म्हणाली, ''छे! मी नाही असे काही म्हणाले! मी काही बोललेच नाही!''

सुरमा म्हणाली, ''काकाआजोबा, तुमची मनोकामना तर पूर्ण झाली! तुम्हाला तिचे हसू बघायचे होते, ते पाहिलेत, बोलणे ऐकायचे होते ते ऐकलेत; मग आता इथून निघून जा बरे!''

वसंतराय म्हणाले, ''नाही मुलींनो, ते नाही जमायचे. मोजून पंधरा गाणी आणि डोके भरून पिकलेले केस घेऊन आलो आहे मी. त्यांचा निकाल न लावता मी जाऊ शकत नाही.''

विभाला आता मात्र राहवले नाही. ती हसू लागली. म्हणाली, ''तुमच्या अर्ध्या डोक्यावर तर केसच नाहीत काकाआजोबा!''

काकाआजोबांची युक्ती सफल झाली. पुष्कळ दिवसांनी प्रथम भेट झाल्यावर विभेला बोलती करायला थोडीशी पूर्वतयारी आवश्यक असे; पण एकदा का काकाआजोबांकडे तिचे तोंड उघडले की, मग ते बंद करण्यासाठी पुन्हा त्याच्यापेक्षा जास्त प्रयत्न करावे लागत. मात्र काकाआजोबा सोडले, तर इतर कुणाशीही कोणत्याही परिस्थितीत विभा मन मोकळे करीत नसे.

टकलावरून हात फिरवीत-फिरवीत वसंतराय म्हणाले, ''ते तर कधीच गेले गड्यांनो! जेव्हा वसंतरायच्या डोक्यावर दाट केस होते, तेव्हा इतक्या अंतरावरून तुमची खुशामत करायला मी कुठे येत होतो? एक केस पिकला, तर तुमच्यासारख्या पाच रूपसुंदरी तो उपटायला अधीर असत आणि दहा काळे केस मनसोक्त उपटून टाकीत.''

विभाने गंभीर स्वरात विचारले, "अच्छा काकाआजोबा, तुमचे केस ज्या वेळी दाट होते, तेव्हा तुम्ही आतापेक्षा देखणे दिसायचात का?"

विभाला या विषयी मनातून अतीव शंका होती. काकाआजोबांचे टक्कल, त्यांच्या मिशा नसलेल्या ओठांवरील प्रसन्न हास्य, पिकलेल्या आंब्यासारखा मधुर भाव... हे सगळे ती मनोमन बदलून पाहण्याचा प्रयत्न करू लागली; पण काही केल्या त्यांच्या तरुणपणीच्या रूपाची कल्पना तिला भुलवू शकली नाही. कल्पनेच्या राज्यातले टकलावाचून असलेले तिचे काकाआजोबा मुळीच शोभून दिसत नव्हते आणि मिशा लावल्यावर काकाआजोबांचा चेहरा अगदीच खराब दिसू लागे. इतका खराब की, त्याची कल्पना करूनच तिला हसू आवरेना – 'काकाआजोबांना? आणि मिशा? काकाआजोबांना आणि टक्कल नाही?' तिच्या कल्पनेला हे मानवेचना.

वसंतराय म्हणाले, "या विषयावर पुष्कळ मतभेद आहेत. माझ्या नाती माझे टक्कल पाहून मोहित होतात. त्यांनी माझे केस पाहिलेले नाहीत. माझ्या आज्या माझे केस पाहून मोहित होत; त्यांनी माझे टक्कल पाहिलेले नाही. ज्यांनी हे दोन्ही पाहिले आहे, त्यांना अजून याबद्दल निश्चित मत ठरवता आलेले नाही."

विभा म्हणाली, "पण म्हणून काकाआजोबा, आता जेवढे टक्कल पडलेय त्यापेक्षा जास्त पडले, तर काही फारसे चांगले दिसणार नाही."

सुरमा म्हणाली, "काकाआजोबा, टकलाची चर्चा नंतर करू या. आधी विभाची काहीतरी व्यवस्था करा पाहू!"

विभा गडबडीने वसंतरायांच्या जवळ जाऊन म्हणाली, "काकाआजोबा, मी तुमचे पांढरे केस उपटू?"

सुरमा म्हणाली, "मी काय म्हणत होते...."

विभा ते टाळण्यासाठी म्हणाली, "ऐका ना काकाआजोबा, तुमच्या...."

सुरमेनं तिला दटावले, "विभा, चूप राहा. मी काय म्हणते, तू जाऊन एकदा...."

विभा म्हणाली, "काकाआजोबा, तुमच्या डोक्यावरचे सगळेच केस पिकलेले आहेत. ते उपटले, तर डोक्याला पुरतेच टक्कल पडेल."

वसंतराय चेष्टेत म्हणाले, "तू मला सुरमेचे बोलणे ऐकू दिले नाहीस ना आणि दीदी अन् मला त्रास दिलास, तर मी हिंडोल राग आळवीन!"

असे म्हणून त्यांनी त्यांच्या छोट्या सतारीचे कान पिळायला सुरुवात केली. हिंडोल राग विभाच्या खास नावडीचा होता.

विभा म्हणाली, "अरे बाप रे! मी पळतेच कशी इथून!"

असे म्हणून ती महालातून बाहेर निघून गेली.

मग सुरमा गंभीर होऊन म्हणाली, "विभा मूकपणे दिवसरात्र जी व्यथा मनात

दडपून ठेवत आहे, ती समजली तर, मला वाटते, महाराजांनाही दया येईल.''

''का? काय झाले? तिला काय झालेय?'' असे म्हणून अतिशय कुतूहलाने वसंतराय सुरमेच्या जवळ जाऊन बसले.

सुरमा म्हणाली, ''वर्षातून एखादा दिवस जावईबापूंना आमंत्रण पाठवून बोलवावे, एवढेही कोणाच्या लक्षात येत नाही.''

वसंतराय विचार करून म्हणाले, ''बरोबर आहे.''

सुरमा म्हणाली. ''पतीचा असा अपमान कोणत्या मुलीला सहन होईल, सांगा बरे? विभा गरीब आहे. कोणाला काही सांगत नाही; दु:ख मनात दाबून ठेवून एकटीच रडते.''

वसंतराय व्याकूळ होऊन म्हणाले, ''मनात दाबून ठेवून रडते?''

सुरमा उत्तरली, ''आज दुपारी माझ्याजवळ किती रडत होती!''

वसंतरायांनी विचारले, ''विभा आज दुपारी रडत होती?''

सुरमा म्हणाली, ''हो ना!''

वसंतराय म्हणाले, ''जा तर, तिला एकदा बोलवून आण; मी बघतो.''

सुरमेने विभेला धरून आणले. तिची हनुवटी धरून वसंतराय म्हणाले, ''तू रडतेस कशासाठी दीदी? तुला कधी काही दु:ख असले, तर या काकाआजोबाला सांगत का नाहीस? मग मी ते दूर करण्यासाठी माझ्या हातून जमेल ते करीन. मी आताच जातो; प्रतापला सांगून येतो!''

विभा म्हणाली, ''काकाआजोबा, पाय धरते तुमचे! माझ्यासंबंधाने पिताजींना काही सांगू नका. काकाआजोबा, खरेच पाया पडते, जाऊ नका!''

बोलता-बोलता वसंतराय बाहेर पडले, प्रतापादित्याकडे गेले आणि म्हणाले, ''तुझ्या जामाताला पुष्कळ दिवस आमंत्रण केले नाहीस. असे केल्याने त्याचा अपमान केल्यासारखे होते. यशोहरच्या सम्राटाच्या जावयाचा जितका योग्य मानसन्मान करायला हवा, तितके त्याचे आदरातिथ्य केले नाहीस, तर त्यात तुलाच कमीपणा आहे. ती तुला अभिमानाची गोष्ट मुळीच नाही.''

प्रतापादित्यांनी काकांच्या या सूचनेला अजिबात हरकत घेतली नाही. दूत पाठवून चंद्रद्वीपला निमंत्रणपत्र धाडण्याचा हुकूम झाला.

अंत:पुरात विभा आणि सुरमेपाशी वसंतरायांनी सतारवादनाची बहार उडवून दिली. ''मलिन मुखी हास्य फुटू दे, नेत्रांची धणी फिटू दे.''

विभा शरमेनं चूर होऊन म्हणाली, ''काकाआजोबा, बाबांना माझी सगळी कहाणी सांगितलीत?''

वसंतराय काही न बोलता गीत गाऊ लागले –

"म्लान मुखी हास्य फुटू दे, नेत्रांची धणी फिटू दे.
मलिन वस्त्र सोड सखी, आभरणांनी नटवू दे..."

सतारीच्या तारेला हाताने धरून सतारवादन थांबवीत विभा पुन्हा म्हणाली, "बाबांना माझी कहाणी सांगितलीत?"

तेवढ्यात उदयादित्यांचा धाकटा पुत्र आठ वर्षांचा समरादित्य महालात डोकावून उद्गारला, "आँ! दीदी! काकाआजोबांबरोबर गप्पा मारते आहेस? थांब, मी आईला नाव सांगतो!"

"अरे, ये-ये, ये बाबा!" म्हणत वसंतरायांनी त्याला पकडून ठेवले.

राजपरिवाराची खात्री होती की, वसंतराय आणि सुरमा यांनी मिळून उदयादित्याला बिघडवून टाकले आहे. त्यामुळे वसंतराय आले की, 'सांभाळून! सावधान!' असे वातावरण असे. वसंतरायांच्या हातून सोडवून घेण्यासाठी समरादित्य ओढाओढ करू लागला. वसंतरायांनी त्याच्या हाती सतार देऊन, खांद्यावर चढवून अन् चष्मा घालून दोन घटकांमध्येच त्याला इतके वश करून घेतले की, दिवसभर तो काकाआजोबांच्या मागे-मागे फिरू लागला. सतत सतार वाजवून त्याने सतारीच्या पाच तारा तोडून टाकल्या आणि नखी काढून घेतली, ती परत दिलीच नाही!

७

चंद्रद्वीपचे राजे रामचंद्रराय त्यांच्या राजकक्षात बसले होते. अष्टकोनी महाल. त्याच्या छपराच्या कडीपाटाच्या वाशावरून कापडी झालर झुलत होती. भिंतीतल्या कोनाड्यांपैकी एकात गणपतीची आणि बाकीच्यांमध्ये श्रीकृष्णाच्या आगळ्या रूपातील निरनिराळ्या प्रतिमा स्थापन केलेल्या होत्या. विख्यात मूर्तिकार बटकृष्ण कुंभकार यांच्या हस्ते या सर्व प्रतिमा घडविलेल्या होत्या. दालनांमध्ये चहूबाजूंनी जाजमे पसरलेली होती. मधोमध जरीजडित मखमलीची गादी, तिच्या चारी कोपऱ्यांना जरीची झालर होती. गादीवर तक्क्याला टेकून राजे विराजमान झाले होते. चोहोबाजूंच्या भिंतींना देशी आरसे लटकवलेले होते. त्यांतून प्रतिमा काही अचूक अन् योग्य दिसत नव्हती. राजाच्या चहूबाजूंना जी माणसे होती, तीही राजाची प्रतिमा काही हुबेहूब दाखवीत नव्हती. या काचेच्या आणि मानवी आरशांत राजाची प्रतिमा प्रमाणापेक्षा मोठी दिसे. राजाच्या डाव्या बाजूला एक प्रचंड गुडगुडी आणि मंत्री हरिशंकर; तर राजाच्या उजवीकडे रमाई भांड आणि चष्माधारी सेनापती फर्नांडिस असा थाट होता.

राजे म्हणाले, ''अरे रमाई!''

रमाई म्हणाला, ''आज्ञा महाराज!''

राजा हसता-हसता लोळू लागला. मंत्री राजापेक्षा जास्त हसले. तसे फर्नांडिस टाळी पिटून हसू लागले. रमाईचे डोळे आनंदाने लकलकू लागले. राजाला वाटे, 'रमाईच्या बोलण्यावर हसले नाही, तर त्यात अरसिकता दिसेल'; मंत्र्यांना वाटे, 'राजा हसल्यावर आपण हसणे, हे आपले कर्तव्यच!' फर्नांडिसला वाटे, 'हसण्यासारखे नक्कीच काहीतरी आहे. त्याखेरीज रमाईच्या बोलण्यावर जर एखादा कमनशिबी माणूस चुकूनमाकून हसला नाही, तर रमाई त्याला रडवून सोडे. एरवी रमाईचे शिळे विनोद ऐकून फारच थोडे लोक आनंदाने हसत. पण भीती आणि कर्तव्यबुद्धीमुळे सगळ्यांनाच खोटे का होईना, अतोनात हसू फुटे. राजापासून ते द्वारपालापर्यंत!

राजाने प्रश्न केला, "काय खबर मग?"

रमाईला वाटले, 'आता विनोदी बोलणे आवश्यक आहे.'

"सेनापती महाशयांच्या घरी चोर आला होता म्हणे, असे पुष्कळदा ऐकले!" सेनापती महाशय ते ऐकून अस्वस्थ झाले. एक जुनापुराणा किस्सा त्यांच्या नावे खपवण्याचा प्रयत्न चालला आहे, हे त्यांच्या लक्षात आले. रमाईच्या विनोदाला ते जसजसे घाबरत, तसतसा रमाई प्रत्येक वेळी त्यांनाच जाळ्यात पकडे. या सगळ्या प्रकाराने राजाला अतीव आनंद होई. रमाई आल्याबरोबर ते फर्नांडिसला बोलावणे धाडीत.

राजाच्या आयुष्यात दोन प्रमुख आनंद-विषय होते; एक – मेंढ्यांची टक्कर पाहणे आणि दुसरा – फर्नांडिसला रमाईच्या तोंडी देणे. राजाच्या चाकरीत प्रवेश केल्यापासून सेनापतीच्या अंगावर एक शिंतोडा उडाला नव्हता किंवा बाणाचा जरासा धक्काही लागला नव्हता, पण दरबारात सतत त्याच्या नावे हास्याचे गोळे फोडल्याने फर्नांडिस आता रडवेला होत आला होता.

राजाने हसून-हसून ओले झालेले डोळे टिपत प्रश्न केला, "मग?"

"निवेदन करतो महाराज. (फर्नांडिस त्यांच्या कुर्त्याची बटणे सोडू लागले व तो अंगात घालू लागले.) तीन-चार दिवसांपासून सेनापती महाशयांच्या घरी रात्री चोर ये-जा करीत होता. साहेबांच्या सौभाग्यवतींना समजल्यावर त्यांनी यजमानांना पुष्कळ हलवले, परंतु काही केल्या यजमानांची झोपमोड त्या करू शकल्या नाहीत."

राजानं प्रतिसाद दिला– "हा: हा: हा: हा:!"

मंत्री – "हो: हो हो हो हो हो!"

सेनापती – "हि: हि!"

"दिवसभरातील गृहिणीचा तगादा सहन न होऊन हात जोडून यजमान म्हणाले, "दया कर माझ्यावर, आज रात्री नक्की चोराला पकडतो." रात्री दोन प्रहर वेळेला सौभाग्यवती म्हणाल्या, "अहो, चोर आलाय." यजमान म्हणाले, "अगं, खोलीत दिवा आहे. चोराला मी दिसेन आणि मी दिसल्याबरोबर तो पळून जाईल." चोराला हाक मारून ते म्हणाले, "आज वाचलास बरे तू! खोलीत उजेड आहे. आज खुशाल पळून जाऊ शकशील. उद्या येऊन दाखव. अंधारात तुला कसा धरतो ते बघ!"

राजा – "हा हा हा हा!"

मंत्री – "हो हो हो हो हो!"

सेनापती – "ही: ही:"

राजा म्हणाला, "मग पुढे?"

रमाईने जाणले, अजूनही राजाची तृप्ती झालेली नाही. त्याने गोष्ट पुढे सुरू ठेवली. "पण चोराला फारशी भीती वाटली नाही. त्यानंतरच्या रात्रीही तो खोलीत आला. गृहिणी म्हणाली, "सर्वनाश झाला, उठा!" गृहस्थ म्हणाले, "तू उठ ना." गृहिणी म्हणाली, "मी उठून काय करू?" गृहस्थ म्हणाले, "अगं, खोलीत एखादा दिवा तरी लाव. काहीच दिसत नाहीये." गृहिणी भयंकर रागावली. गृहस्थ त्याहून अधिक रागवून म्हणाले, "बघ बरे, तुझ्यामुळेच सर्वस्व गेले. दिवा लाव, बंदूक आण." मध्यंतरीच्या काळात चोर आपले चोरीचे कामकाज आटपून म्हणाला, "महाशय, एक चिलीम भरून देता का? फार श्रम झालेत." गृहस्थ भयंकर भडकून म्हणाले, "थांब बेटा. मी चिलीम भरून देतो, परंतु माझ्या जवळ आलास, तर या बंदुकीने तुझे मुंडके उडवून देईन." चिलीम ओढून झाल्यावर चोर म्हणाला, "महाशय, जरा दिवा लावलात तर उपकार होतील. पहार कुठे पडून गेलीये, सापडत नाहीये." सेनापती म्हणाले, "बेटा घाबरलेला दिसतोय. दूर राहा, जवळ येऊ नकोस." मग त्यांनी गडबडीने दिवा लावला. चोरीचा माल बांधून चोर निघून गेला. गृहिणीला गृहस्थ म्हणाले, "बेटा भयंकर घाबरलाय!"

राजा आणि मंत्र्यांना हसू आवरेना. फर्नांडिस थांबून-थांबून मध्येमध्ये 'ही ही' असे ओढून-ताणून बळे-बळे हसू लागले.

महाराज म्हणाले, "रमाई, मी सासुरवाडीला जातोय, ऐकलेस का?"

रमाई तोंड वाकडे करीत म्हणाला, "असारम् खलु संसारम्, सारम् श्वशुरमंदिरम् (हशा – प्रथम राजा, मग मंत्री, मग सेनापती.) गोष्ट खोटी नव्हे. (दीर्घ निःश्वास सोडून) सासुरवाडीचे सगळेकाही सुरस! आहार, मानसन्मान; दुधावरची साय मिळते. माशाचं डोके* मिळते; सगळेकाही सरस! फक्त सर्वांत नीरस म्हणजे पत्नी!"

राजे हसून म्हणाले, "काहीतरीच काय बोलतोस! तुझी अर्धांगी तर...."

रमाई हात जोडून व्याकूळपणे म्हणाला, "महाराज, तिला अर्धांगी म्हणू नका. तीन जन्म तपश्चर्या केली, तर कदाचित एक दिवस मी तिचं अर्धांग होऊ शकेन, असा भरवसा आहे. माझ्यासारखी पाच अर्धांगे एकत्र जोडली, तरी तिच्या जाडीची बरोबरी होणार नाही." (क्रमवार हंशा) या गोष्टीतला विनोद सर्वांना समजला; केवळ मंत्र्यांना कळला नाही. त्यामुळे मंत्र्यांना सगळ्यांपेक्षा अधिक हसावे लागले.

राजे म्हणाले, "मी तर ऐकलेय, तुझ्या सौभाग्यवती खूपच शांत स्वभावाच्या आणि गृहकृत्यदक्ष आहेत."

रमाई मिस्कीलपणे म्हणाला, "ते काय सांगावे? घरात आणखी सगळ्या

---

*   माशाचे डोके – ही बंगाली जेवणातली खास पाककृती मानली जाते.

प्रकारचे जंजाळ आहे, फक्त मी टिकत नाही. भल्या पहाटे बाईसाहेब असे काही झाडतात की, सरळ महाराजांच्या दारातच येऊन पडतो.''

प्रसंगवशात रमाईच्या सौभाग्यवतींची इथे ओळख करून देतो. त्या अत्यंत कृशांगी असून दिवसेंदिवस आणखीनच क्षीण होत चालल्या होत्या. रमाई घरी आल्यावर कोणत्या कोपऱ्यात लपून बसावे, ते त्यांना कळत नसे.

रमाईचे राजसभेत वागायचे दात वेगळ्या तऱ्हेचे होते आणि घरी येऊन पत्नीशी तो वेगळ्या प्रकारे वागे. परंतु पत्नीचे यथार्थ रूप वर्णन केले, तर हास्यरसाऐवजी करुण रस निर्माण होईल, या कारणाने राजसभेत रमाई आपल्या पत्नीचे स्थूलदेही, उग्रचंडी असे वर्णन करीत असे. ते ऐकून राजा आणि मंत्र्यांच्या हास्याला पारावार उरत नसे.

हशा ओसरल्यावर राजे म्हणाले, ''बरे का रमाई, तुला यायला लागेल. सेनापतीलाही बरोबर घेऊ.''

सेनापतींना समजले, 'आता रमाई त्यांच्यावर दुसरा हल्ला करणार.' चष्मा डोळ्यांवर चढवून ते कुर्त्याची बटणे सोडून परत लावू लागले.

रमाई म्हणाला, ''उत्सवाच्या ठिकाणी जायला सेनापती महाशयांना काही अडचण असणार नाही, कारण ते काही युद्धस्थळ नव्हे.''

राजा आणि मंत्र्यांना वाटले, आता आणखी एखादा मजेदार किस्सा ऐकायला मिळणार. ते कुतूहलाने म्हणाले, ''का बरे?''

रमाई उत्तरला, ''साहेबांच्या डोळ्यांवर चष्मा दिवसरात्र अडकवलेला. झोपायच्या वेळीसुद्धा चष्मा लावून झोपतात, नाहीतर स्वप्ने स्पष्टपणे दिसत नाहीत! सेनापती महाशयांना युद्धावर जाताना आणखी काही अडचण नाही. केवळ चष्म्याच्या काचेवर कुठे तोफेचा गोळा लागला आणि काच फुटून डोळा तिरळा झाला तर? एवढेच काय ते भय! होय ना महाशय?''

सेनापती डोळे पुसत म्हणाले, ''होय ना, तेच तर!'' आसनावरून उठत ते म्हणाले, ''महाराजांची आज्ञा असेल, तर निरोप घेतो.''

राजाने सेनापतींना प्रवासाची तयारी करण्यास सांगितले. ''प्रवासाची सगळी तयारी करा. आमची चौसष्ट वल्ह्यांची नौका सज्ज असू द्या.''

मंत्री आणि सेनापती निघून गेले.

राजे म्हणाले, ''रमाई, तू सगळे ऐकलेच आहेस. गेल्या वेळी सासुरवाडीला माझी फारच रेवडी उडवली होती.''

रमाई म्हणाला, ''जी हाँ. महाराजांना शेपूट लावली होती.''

राजे हसले. त्यांच्या चेहऱ्यावर अहंकाराची छटा चमकून गेली, पण मनातून मात्र ते खिन्न झाले. ही गोष्ट रमाईला ठाऊक झाली आहे, हे ऐकून त्यांना फार

विषाद वाटला. आणखी कोणाला कळले असते, तर त्यात तितकी बेअब्रू नव्हती. त्या अस्वस्थतेतून ते सारखी गुडगुडी ओढू लागले.

रमाई म्हणाला, ''आपला एक मेहुणा येऊन मला म्हणाला, वधूच्या महाली तुमच्या राजाची शेपूट दिसून येत आहे. ते रामचंद्र** आहेत की रामदास? आम्हाला तर हे आधी माहीत नव्हते. मी तत्क्षणी म्हणालो, ''आधी माहीत कसे असेल? आधी शेपूट नव्हतीच. आपल्या कुळात विवाह करायला आले आहेत म्हणून यस्मिन् देशे यदाचार*** अवलंबन करताहेत.''

उत्तर ऐकून राजे खूष! त्यांना वाटले, 'रमाईने त्यांचे आणि त्यांच्या पूर्वजांचे मुख उजळले आणि प्रतापादित्याचा आदित्य अगदी पुरता, कायमस्वरूपी राहूग्रस्त करून टाकला. लढाईझगड्याची फारशी तमा राजे बाळगीत नसत, पण ह्या अशा छोट्या-छोट्या गोष्टींना युद्धापेक्षा अधिक महत्त्व देत. इतके दिवस त्यांची समजूत होती की, त्यांचा घोर अपमानसूचक पराजय झाला आहे. या कलंकाची गोष्ट दिवसरात्र त्यांना आठवत राही आणि लज्जेने ते पृथ्वीला दुभंगण्याची विनंती करीत. आज त्यांच्या मनाला बरेच समाधान वाटले की, सेनापती रमाई रण जिंकून आला आहे. तरीही त्यांच्या मनातून शरमेची भावना पूर्णपणे दूर झाली नाही.

राजे रमाईला म्हणाले, ''रमाई, या वेळी जाऊन जिंकून यायला हवे! आपला जय झाला, तर तुला माझी अंगठी भेट देईन.''

रमाई म्हणाला, ''महाराज, विजयाची शंकाच नको! रमाईला अंत:पुरात घेऊन जाऊ शकलात, तर प्रत्यक्ष सासूबाईसाहेबांपर्यंत सर्वांना मनसोक्त शेंडी लावून येऊ शकेन!''

**   रामचंद्र हे राजाचं नाव आहे, रामदास म्हणजे वानर. राजाच्या नावावर विनोद केलेला आहे.

***   ज्या देशी जावं, तिथल्याप्रमाणं वागावं.

८

यशोहरच्या राजवाड्यातले सेवक आज फार कामात होते. जावई येणार, यासाठी नाना प्रकारे तयारी सुरू होती. खाण्यापिण्याचे तऱ्हतऱ्हेचे असंख्य पदार्थ रांधले जात होते. चन्द्रद्वीपचे राजघराणे यशोहरच्या तुलनेत अगदीच लहान, या विषयी प्रतापादित्यांशी त्यांच्या महाराणी सहमत होत्या; पण जावई येणार म्हणून त्यांना अतिशय आनंद झाला होता. सकाळपासून त्यांनी स्वहस्ते विभेला नटवायला सुरुवात केली होती. विभा प्रचंड गोंधळून गेली होती, कारण योग्य साजशृंगाराच्या रीतीबाबत तरुण मुलगी आणि वयस्क आई यांच्यात पुष्कळ मतभेद होते. पण असले म्हणून काय झाले? विभेचे भले कशात आहे, हे आपल्यालाच अधिक समजणार, ही महाराणींची ठाम समजूत होती. विभेला वाटत होते, दोन हातांत फिरोजी रंगाच्या तीन-तीन पातळ बांगड्या घातल्या की, तिचे गोरे कोमल हात शोभून दिसतील; पण महाराणींनी तिला सोन्याच्या आठ-आठ जाड बांगड्या आणि एकेक हिऱ्याचे मोठे कडे चढवले आणि ते पाहून त्या इतक्या हर्षभरित झाल्या की, राजमहालातल्या झाडून सगळ्या वृद्ध दासी आणि विधवा आत्याबित्यांना ते दाखवण्यासाठी त्यांनी बोलावून घेतले. विभेला ठाऊक होते की, तिच्या छोट्याशा नाजूक चेहऱ्यावर नथ काही केल्या साजून दिसत नाही, पण महाराणींनी तिला एक मोठीशी नथ घातली आणि तिचे मुख एकदा उजवीकडे अन् एकदा डावीकडे वळवीत कौतुकाने न्याहाळू लागल्या.

एवढे होऊनही विभा गप्प होती, पण महाराणींनी तिची जी केशरचना केली होती, ती तिला अगदी असह्य झाली होती. सुरमेकडे गुपचूप जाऊन ती केस मनासारखे बांधून आली; पण महाराणींच्या नजरेतून ते सुटले नाही. केवळ बेंगरूळ केशरचनेमुळे विभेच्या साऱ्या शृंगाराची माती होत होती, हे महाराणींनी ताडले. सुरमेने मत्सरापोटी विभेची केशभूषा बिघडवून ठेवली आहे, हे त्यांना लख्ख दिसले. सुरमेच्या या कुटिल हेतूकडे विभेचे लक्ष वेधण्याचा त्यांनी प्रयत्न केला.

पुष्कळ वेळ बडबड केल्यानंतर ही गोष्ट विभेला पटल्याची खात्री करून घेतल्यावर त्यांनी तिचे केस सोडून पुन्हा एकदा बांधून दिले. विभा तिचा खोपा, नथ, कांकणांनी भरलेले दोन्ही हात, आनंदाने भरलेले हृदय इतक्या सगळ्यांचा भार वाहताना अतिशय बावरून गेली होती. या ओसंडणाऱ्या आनंदाला आपण केवळ अंत:पुरात बंद करून ठेवू शकत नाही, हे तिला उमगले होते. तिचा आनंद डोळ्यांतून तिच्या चेहऱ्यावर विजेसारखा सतत चमकून जात होता. महालाच्या भिंतीदेखील आपली थट्टा करायला सरसावल्या आहेत, असे तिला वाटत होते.

युवराज उदयादित्यांनी येऊन अपार मायेने व धीरगंभीर आनंदाने विभेच्या सलज्ज, हर्षभरित मुखाकडे पाहिले. विभेचा हर्ष पाहून त्यांना एवढा आनंद झाला की, आपल्या महाली जाऊन सस्नेह व मृदू हसत त्यांनी सुरमेचे चुंबन घेतले.

सुरमेने विचारले, ''काय?''

उदयादित्य म्हणाले, ''काही नाही.''

तेवढ्यात वसंतरायांनी विभेला जबरदस्तीने ओढत महालात आणून हजर केले. हनुवटीला धरून तिचे मुख उचलून धरून ते म्हणाले, ''बघ दादा, आज एकदा तुमच्या विभेचे मुख बघ. सुरमे, अगं सुरमे, एकदा बघ तरी!'' आनंदाने गहिवरून जाऊन वृद्ध वसंतराय हसू लागले. विभेच्या मुखाकडे पाहून म्हणाले, ''आनंद झालाय, तर छानपैकी हास बरे! बघू तरी दे!''

कसं धरून विनवून बांधून ठेवशील तुझं हसू गं

ओठांमधून सांडतंय फुटून तीच त्याला आस गं

''माझे वय झाले नसते, तर आज तुझे हे मुख पाहून मी इथेच कोसळलो असतो आणि मेलो असतो. हाय! गेले मरायचे वय! तरुणपणी घडीघडी मरत असे; म्हातारपणी रोग झाला नाही तर मरण येत नाही.''

प्रतापादित्यांच्या मेहुण्याने येऊन विचारले, ''जावईबापूंच्या स्वागतासाठी कोण गेले आहे?'' ते उत्तरले, ''मला काय माहीत?''

''आज रस्त्यावर नक्कीच दिवे लावायचे ना?''

डोळे विस्फारून महाराज म्हणाले, ''नक्कीच लावायचे! त्यात काही बदल नाही.'' मग राजाचे मेहुणे संकोचाने म्हणाले, ''नौबत वगैरे बसवायची का?''

''ह्या सगळ्या गोष्टींचा विचार करायला आता वेळ नाही.''

खरे म्हणजे, वाद्ये वगैरे वाजवून जावयाचे स्वागत करणे प्रतापादित्यांना जमण्यातले नव्हते.

इकडे रामचंद्ररायांचा अहंकार जागा झाला होता.

त्यांनी ठरवून टाकले की, त्यांचा जाणूनबुजून अपमान केला जातो आहे. पूर्वी एक-दोन वेळा त्यांचे स्वागत करून त्यांना घेऊन जाण्यासाठी राजवाड्यातून

चकदिहीपर्यंत माणूस पाठवला गेला होता. या वेळी चकदिही ओलांडून दोन कोसांवरच्या बामनहाटीमध्ये दिवाणजी त्यांच्या स्वागतार्थ आले होते. भले दिवाणजी जरी आले, तरी त्यांच्याबरोबर शंभर-दोनशे माणसेसुद्धा आली नव्हती. का? साऱ्या यशोहरमध्ये आणखी पन्नास माणसे मिळाली नाहीत? राजांना घ्यायला जो हत्ती पाठवला होता, तो इतका बारीक होता की, रमाई भांडाच्या मते स्थूलकाय दिवाणजी त्याच्यापेक्षा जाडजूड होते. रमाईने दिवाणाला विचारले, "महाशय, ती काय आपली धाकटी पाती का?" भोळ्या दिवाणजींनी किंचित चकित होऊन उत्तर दिले, "नाही, तो हत्ती आहे."

राजे खवळून दिवाणाला म्हणाले, "तुमचे मंत्री ज्या हत्तीवरून फिरतात, तोदेखील त्याच्यापेक्षा मोठा आहे."

दिवाण म्हणाले, "मोठे हत्ती राजकार्यासाठी दूर पाठवले आहेत, शहरात एकही नाही."

रामचंद्रांनी पक्की खूणगाठ बांधली की, त्याचा अपमान करण्यासाठीच हत्तींना दूर पाठवण्यात आले आहे. नाहीतर दुसरे काय कारण असू शकत होते?

राजाधिराज रामचंद्रराय लालेलाल होऊन श्वशुरांचे नाव घेऊन उद्गारले, "प्रतापादित्यरायांच्या तुलनेत मी कसा काय लहान आहे?"

रमाई भांड म्हणाला, "वयाने आणि नात्याने; नाहीतर आणखी कशाने? त्यांच्या मुलीशी आपण विवाह केलात, त्यानेच...."

शेजारी राममोहन माल उभा होता. त्याला काही ते सहन झाले नाही. तो रोषाने म्हणाला, "हे पाहा ठाकूर, तुमचा उद्धटपणा वाढत चाललाय. आमच्या आईसाहेबांबद्दल असे काही बोलू नका, हे बजावून ठेवतोय."

प्रतापादित्याकडे इशारा करून रमाई म्हणाला, "असे पुष्कळ आदित्य बघितले आहेत. ठाऊक आहे का महाराज, आदित्याला जी व्यक्ती काबूत ठेवू शकते, ती व्यक्ती म्हणजे रामचंद्राचा दास."*

राजे ओठ मिटून हसू लागले. तेव्हा राममोहन हळू पावले टाकीत राजांच्या समोर येऊन हात जोडून म्हणाला, "महाराज, हा बामण आपल्या श्वशुरांना मनात येईल तसे बोलतोय, हे मला सहन होत नाही. आपण म्हणाल, तर याचे तोंड बंद करतो."

राजे म्हणाले, "राममोहन, तू गप्प राहा."

तेव्हा राममोहन तिथून दूर निघून गेला.

---

* मारुतीने सूर्यबिंबावर झेप घेतली, ही रामायणातली कथा आणि आदल्या वेळी 'रामचंद्र की रामदास?' अशी रामचंद्ररायांची झालेली चेष्टा या दोन्हींना एकत्र गुंफून हा शेरा मारला आहे.

रामचंद्रांनी त्या दिवशी हजारो बारीक-सारीक गोष्टींचा कीस काढून मनात खूणगाढ बांधली की, प्रतापादित्याने त्यांचा अपमान करण्याच्या हेतूने अनेक दिवसांपासून मोठी तयारी केली आहे. अहंकाराने ते प्रचंड ग्रासले गेले. त्यांनी ठरवले, प्रतापादित्याकडे असे काही रूप धारण करायचे की, प्रतापादित्याला कळलेच पाहिजे – त्यांचा जावई किती मोठा माणूस आहे!

प्रतापादित्यांशी रामचंद्ररायांची भेट झाली, तेव्हा प्रतापादित्य राजकक्षात त्यांच्या मंत्र्यांसह बसले होते. प्रतापादित्यांना पाहताक्षणी रामचंद्ररायांनी धीम्या पावलांनी येऊन नतमस्तक होऊन त्यांना प्रणाम केला.

प्रतापादित्य कोणताही उल्हास वा अधीरता न दाखविता शांतपणे म्हणाले, ''या. बरे आहात ना?''

रामचंद्र मृदू स्वरात म्हणाले, ''जी, होय.''

मंत्र्याकडे पाहून प्रतापादित्य म्हणाले, ''भांगामाथी परगण्याच्या तहसीलदाराच्या नावे जी तक्रार आली होती, त्याची काही शहानिशा केलीत?''

मंत्र्याने एक लांबलचक कागद काढून राजांच्या हाती दिला. राजे वाचू लागले. थोडे वाचून झाल्यावर एकदा नजर उचलून त्यांनी जावयाला विचारले, ''गेल्या वर्षीप्रमाणे यंदा तुमच्या तिकडे पूरबिर आले नाहीत ना?''

रामचंद्र उत्तरले, ''जी नाही. आश्विन महिन्यात एकदा जलवृद्धी....''

प्रतापादित्य म्हणाले, ''मंत्री, या पत्राची एखादी नक्कल ठेवली असेलच ना?'' असे म्हणून ते पुन्हा वाचू लागले. वाचन पुरे करून जावयाला म्हणाले, ''जा जावईबापू, तुम्ही अंत:पुरात जा.''

रामचंद्रराय हळूहळू उठले. स्वत:पेक्षा प्रतापादित्याचे मोठेपण कशात होते, ते त्यांना समजून चुकले होते.

१

राममोहन माल अंत:पुरात येऊन विभेला प्रणाम करून म्हणाला, ‘‘माँ, तुम्हाला एकदा बघायला आलो.’’

विभेला मोठा आनंद झाला. तिचा राममोहनवर फार जीव होता. रामचंद्ररायांच्या विवाहसंबंधांतील रीतीभाती पाळण्याच्या निमित्ताने काही कामांची जोखीम घेऊन राममोहन अधूनमधून चंद्रद्वीपातून यशोहरला येत असे. तसेच काही जरूर नसतानाही वेळ मिळाला, तर कधी कधी तो विभेला भेटायला येई. विभेला राममोहनबद्दल मुळीच संकोच वाटत नसे. वृद्ध, बलवान, उंच असा राममोहन ‘‘माँऽऽ’’ म्हणून येऊन उभा राही, तेव्हा त्याच्या मनात विशुद्ध, सहज, सच्च्या प्रेमाचा भाव असे. मग विभेला त्याच्यासमोर अगदी छोटी पोर असल्यासारखे वाटे. विभा त्याला म्हणाली, ‘‘मोहन, इतके दिवस का रे नाही आलास?’’

राममोहन म्हणाला, ‘‘बघा माँ, कुपुत्र जरी जन्मला, तरी कुमाता कधीच असत नाही. तुम्ही माझी आठवण कुठे काढलीत? मी मनातल्या मनात म्हणालो, ‘आईने जर बोलवले नाही, तर मी काही जाणार नाही. बघू कधी त्यांना आठवण येते ती.’ पण कुठे काय! तुम्हाला काही आठवण आली नाही.’’

विभा मोठ्याच संकटात पडली. तिने त्याला बोलावून का घेतले नाही, ते तिला नीट उमजलेच नाही. त्याशिवाय बोलावून घेतले नाही म्हणजे आठवण काढली नाही, या म्हणण्यात कुठेतरी काहीतरी तर्कदोष आहे, हे तिला समजत होते, तरीही ते व्यवस्थित समजावून मात्र सांगता येत नव्हते.

विभेची तारांबळ बघून राममोहन हसून म्हणाला, ‘‘नाही माँ, वेळ मिळाला नाही, म्हणून मी येऊ शकलो नाही.’’

विभा म्हणाली, ‘‘मोहन, तू बस. तुमच्या राज्यातल्या गोष्टी मला सांग.’’

राममोहन बसला. चंद्रद्वीपचे वर्णन करू लागला. विभा गालावर हात ठेवून तल्लीन होऊन ऐकू लागली. चंद्रद्वीपचे वर्णन ऐकता-ऐकता तिच्या हृदयात किती

तरी स्वप्ने उमलली. त्या दिवशी तिने हवेत किती मनोरे बांधले, त्याला काही गणनाच नव्हती. आदल्या वर्षीच्या पुरात राममोहनचे सगळे घरदार बुडून गेले होते. संध्याकाळ होता-होता तो एकटा आपल्या वृद्ध मातेला पाठुंगळीला घेऊन पोहत-पोहत मंदिराच्या कळसावर पोचला आणि दोघांनी मिळून सारी रात्र तिथे काढली. ही कहाणी राममोहन जेव्हा सांगू लागला, तेव्हा विभाच्या इवल्याशा हृदयाचा थरकाप झाला.

कहाणी संपल्यावर राममोहन म्हणाला, ''माँ, तुमच्यासाठी शंखाच्या चार बांगड्या* आणल्या आहेत, त्या हातात घालाव्या लागतील. मला बघायचे आहे.''

विभेनं तिच्या सोन्याच्या चार बांगड्या काढून ठेवून शंखाच्या बांगड्या चढवल्या आणि हसत-हसत आईकडे जाऊन म्हणाली, ''माँ, मोहनने तुझ्या बांगड्या उतरवून मला चार शंखाच्या बांगड्या चढवल्या बघ.''

महाराणी अजिबात न रागवता हसून म्हणाल्या, ''खरेच, छानच सजवलेय! अगदी खुलून दिसतायत.''

राममोहन अभिमानाने आणि उत्साहाने फुलून आला. महाराणी त्याला बोलावून घेऊन गेल्या. त्यांनी स्वत:च्या देखरेखीत त्याला खाऊ-पिऊ घातले. तो जेवून तृप्त झाल्यावर त्या अगदी संतुष्ट होऊन म्हणाल्या, ''मोहन, तुझे ते आगमनीचे** गाणे गा ना एकदा!'' राममोहन विभेकडे बघत गाऊ लागला –

वरीसभर दिसली नाहीस माँ तू कसली गं असली
प्रेमनिधान हरपले आमचे हरवली डोळ्यांतली बाहुली
आलीस का गं हे पाषाणी
पाहीन तुला डोळे भरूनी
आता थांबे ना काही केल्या माँ अश्रुधार डोळ्यांतली...

राममोहनच्या डोळ्यांत पाणी आले. महाराणींच्या आणि विभेच्या मुखाकडे पाहून त्याने डोळ्यांतले पाणी पुसले. दुर्गेच्या आगमनाच्या गाण्याने त्याला दसऱ्याची आठवण झाली.

हळूहळू संध्याकाळ झाली. अंत:पुरातील बायकांची गर्दी वाढू लागली. शेजारणी जावई बघायला आणि नात्याच्या अधिकाराच्या प्रमाणात जावयाची थट्टामस्करी करायला अंत:पुरात एकत्र जमल्या. आनंद, लाज, हुरहूर अन् कोण जाणे काय होईल, असा एक अनामिक अनिश्चित भाव! या साऱ्यांमध्ये विभाचे हृदय हिंदोळत

---

* सौभाग्यचिन्ह

** दुर्गेच्या आगमनाचा सण

होते. तिच्या कानाच्या पाळ्या आणि चेहरा लाल झाला होता, तर हातपाय थंड पडले होते. हे सुख होते की दुःख, कोण जाणे!

जावई अंतःपुरात आले. काटेरी सौंदर्याच्या ताटव्याप्रमाणे बायकांनी चहू दिशांनी त्यांच्यावर हल्ला चढवला. चारी बाजूंनी हसण्याचा कल्लोळ उसळला. चोहीकडून कोकिळकंठांतून तिखट वाग्बाण, नाजूक बाहूंचे कठोर ताडन, कोमल बोटांच्या चंद्रनखांचे तीक्ष्ण ओरबाडणे सुरू झाले. रामचंद्रराय जेव्हा अगदीच घायाळ झाले, तेव्हा एका प्रौढ स्त्रीने येऊन त्यांची बाजू घेतली. ती कठोर स्वरात खोचक गोष्टी बोलू लागली आणि हळूहळू तिच्या तोंडून अशा विकृत गोष्टी बाहेर पडू लागल्या की, अंतःपुरातील बायकांची तोंडंच बंद झाली. तिच्या तोंडाळपणापुढे थाकोदीदीचेही काही चालेना. विमलादीदी महालातून बाहेर निघून गेली. फक्त भूतोची आई तिला काहीबाही सुनवत होती. या भूतोच्या आईच्या तोंडाचा पट्टा जेव्हा सुरू होता, तेव्हा ही प्रौढा तिला म्हणाली, ''बाई गं बाई, काय तोंड म्हणायचं की झाडू!'' भूतोची आई तत्क्षणी म्हणाली, ''अगं सटवे, तुझे तोंड म्हणजे तर नरक आहे, नुसता नरक; एवढे झाडले तरी साफ होईना!'' असे म्हणून ती तरातरा निघून गेली. एकेक करून बायका निघून गेल्या. महाल रिकामा झाला अन् रामचंद्ररायांची अखेर सुटका झाली.

त्यानंतर ती प्रौढा महालातून बाहेर पडून महाराणींच्या दालनात हजर झाली. महाराणी आपल्या दासदासींना जेवू घालीत होत्या. राममोहनसुद्धा एका बाजूला बसून जेवत होता. महाराणींच्या जवळ येऊन ती प्रौढा त्यांना न्याहाळून म्हणाली, ''हा पाहा मातृदेवतास्वरूपी परीस!'' हे उद्गार ऐकताक्षणीच राममोहन चमकला. त्याने त्या प्रौढेच्या तोंडाकडे पाहिले. तत्क्षणी जेवण सोडून सिंहासारखी झेप घेऊन तिचे दोन्ही हात आपल्या वज्रमुठींमध्ये धरून तार स्वरामध्ये गरजला, ''मी ओळखलेय बरे का तुम्हाला महाशय!'' असे म्हणून राममोहनने त्या बाईच्या डोक्यावरील पदर खेचून काढला. दुसरे कोणी नव्हे, तर रमाई ठाकूर होता तो!

राममोहन रागाने थरथर कापू लागला. त्याने रमाईच्या अंगावरील वस्त्रही खेचून फेडून टाकले आणि दोन्ही हातांनी अगदी सहज रमाईला उंच उचलले. म्हणाला, ''आज माझ्या हातून मरणार आहेस तू.'' असे म्हणून एक-दोनदा त्याला त्याने वर गरगर फिरवले.

महाराणी धावत येऊन म्हणाल्या, ''राममोहन, काय करतोस हे?''

रमाई कातर सुरात म्हणाला, ''दया कर बाबा, ब्रह्महत्या करू नकोस.''

चोहीकडून एकच गलबला सुरू झाला, तेव्हा राममोहनने रमाईला जमिनीवर उतरवले आणि थरथर कापत म्हणाला, ''हतभाग्या, तुला मरायला दुसरी कुठली जागा नव्हती?''

रमाई म्हणाला, ''महाराजांनीच मला आदेश दिला होता.'' राममोहन उद्गारला, ''काय म्हणालास? नमकहराम? पुन्हा असे काही म्हणालास, तर या दगडी फरशीवर तुझे तोंड रगडीन!'' असे म्हणून त्याने रमाईचा गळा आवळून धरला.

रमाईने करुण किंकाळी फोडली. मग ठेंगू रमाईला चादरीत बांधून, त्याची झोळी करून ती झुलवीत राममोहन अंत:पुरातून बाहेर निघून गेला.

बघता-बघता गोष्ट बऱ्यापैकी षट्कर्णी झाली. रात्रीचे दोन प्रहर उलटून गेले होते. प्रतापादित्याच्या मेहुण्याने इतक्या रात्रीच त्याला बातमी दिली की, जावई त्या रमाई भांडाला स्त्रीवेषात अंत:पुरात घेऊन गेले. तिथे अंत:पुरातल्या स्त्रियांची, इतकेच नव्हे, तर महाराणींचीदेखील त्याने चेष्टामस्करी केली.

मग प्रतापादित्यांनी रुद्रावतार धारण केला. रागाने त्यांचे सर्वांग थरथरू लागले. आयाळ विस्फारलेल्या सिंहाप्रमाणे ते शय्येवरून उठून बसले. म्हणाले, ''लछमन सरदाराला बोलवा.''

लछमन सरदाराला प्रतापादित्य म्हणाले, ''आज रात्रीत मला रामचंद्ररायाचे छाटलेलं मुंडके बघायचे आहे!'' लछमन ताबडतोब सलाम करून म्हणाला, ''जो हुकूम महाराज!'' प्रतापादित्यांच्या मेहुण्याने तत्क्षणी त्यांच्या पायावर लोळण घेतली. म्हणाला, ''महाराज, क्षमा करावी. विभाचा एकदा विचार करावा. असे काही करू नये.'' प्रतापादित्य पुन्हा दृढ स्वरात म्हणाले, ''आज रात्रीतच मला रामचंद्ररायाचे मुंडके हवे!'' त्यांचा मेहुणा त्यांच्या पायांना मिठी घालून म्हणाला, ''महाराज, आज ती दोघे अंत:पुरात झोपली आहेत. क्षमा करावी महाराज... क्षमा करावी!''

मग प्रतापादित्य काही क्षण स्तब्ध राहून म्हणाले, ''लछमन, ऐक, उद्या सकाळी जेव्हा रामचंद्रराय अंत:पुरातून बाहेर पडेल, तेव्हा त्याचा वध कर. ही तुला माझी आज्ञा आहे.''

मेहुण्यांना समजून चुकले की, त्यांना वाटले होते त्यापेक्षा कितीतरी अधिक पटीने मामला बिघडला होता. त्यांनी लगेचच गुपचूप येऊन विभेच्या शयनकक्षाच्या दारावर थाप मारली.

त्या वेळी दूरवरून दोन प्रहरीची नौबत झडत होती. नि:स्तब्ध रात्रीत त्या नौबतीचा ध्वनी चांदण्यांसहित दक्षिणवाऱ्यात मिसळून निद्रिस्त मनांमध्ये स्वप्ने जागवीत होता. विभाच्या शयनकक्षाच्या उघड्या खिडकीतून चांदण्यांचा प्रकाश बिछान्यावर येऊन पडला होता. रामचंद्रराय निद्राधीन होते. विभा उठून बसून गालावर हात ठेवून गुपचूप विचार करीत होती. चांदण्यांकडे पाहून तिच्या डोळ्यांतून एखाददुसरा अश्रू ओघळत होता. बहुधा तिने कल्पना केल्याप्रमाणे गोष्टी घडून

आल्या नव्हत्या. तिचे मन रडत होते. एवढे दिवस ती ज्याची वाट पाहत होती, तो दिवस आज आला होता.

रामचंद्रराय शय्येवर आडवे झाल्यापासून विभेशी एक अक्षरही बोलले नव्हते. प्रतापादित्यांनी त्यांचा आपमान केला होता. 'आता प्रतापादित्यांचा अपमान कसाकाय करावा? हं! विभेचा स्वीकार न करून!' त्यांना तिला जाणवून द्यायचे होते – 'तू यशोहरच्या प्रतापादित्याची मुलगी आहेस. चंद्रद्वीपाधिपती राजा रामचंद्ररायांच्या शेजारी तू शोभतेस का?' असे पक्के ठरवून ते कूस पालटून झोपले होते आणि मग त्यांनी कूस बदललीच नव्हती. त्यांच्या सगळ्या मान-अपमानाचे उट्टे ते विभेवर काढीत होते.

विभा जागी राहून बसून विचार करीत होती. ती एकदा चांदण्यांकडे पाही आणि एकदा पतीच्या मुखाकडे पाही. तिचा ऊर गदगदत होता आणि अधूनमधून तोंडून एक दीर्घ नि:श्वास बाहेर पडत होता. तिच्या मनाला मोठाच धक्का बसला होता.

अचानक कधीतरी रामचंद्र झोपेतून जागे झाले. एकदम त्यांनी पाहिले की, विभा मूकपणे रडते आहे. झोपेतून उठल्याबरोबरच्या पहिल्या क्षणी जेव्हा अपमानाची स्मृती अजून जागी झाली नव्हती, गाढ झोपेनंतर मनाची शांती परतून आली होती, तेव्हा रागाची भावना निघून गेली होती. अशा वेळी एकाएकी विभेचे अश्रूंनी न्हालेले कोवळे मुख पाहून त्यांच्या मनात करुणा जागी झाली. विभेचा हात धरून ते म्हणाले, "विभा, रडतेस?"

विभा व्याकूळ झाली. तिला बोलता येईना. डोळ्यांनी दिसेना. विभा आडवीच झाली. तेव्हा रामचंद्ररायांनी उठून बसून विभेचे मस्तक हळुवारपणे आपल्या मांडीवर घेतले. तिचे अश्रू पुसून टाकले. इतक्यात दारावर कोणीतरी थाप मारली. रामचंद्र उद्गारले, "कोण ते?"

बाहेरून उत्तर आले, "ताबडतोब दरवाजा उघडा!"

१०

शयनकक्षाचे दार उघडून रामचंद्रराय बाहेर आले. राजश्यालक रमापती म्हणाले, ''बाबा, आत्ताच्या आत्ता पळ. एका क्षणाचाही विलंब करू नकोस!''

इतक्या रात्री अचानक हे असे वक्तव्य ऐकून रामचंद्रराय अगदीच हबकून गेले. त्यांचे मुख फिकट पडले. श्वास रोखून त्यांनी विचारणा केली –

''का, का? काय झालेय?''

''काय झालेय ते सांगणार नाही. लगेच पळ काढ.''

विभेने शय्येवरून उठून येऊन विचारले, ''मामा, काय झाले?''

रमापती म्हणाले, ''ते तू ऐकण्यासारखे नाही माँ.''

विभाच्या जिवाचा थरकाप झाला. तिच्या मनात एकदा वसंतरायांचा विचार आला, एकदा उदयादित्याचा विचार आला. ती उद्गारली, ''मामा, काय झालेय, ते तरी सांगा.''

तिच्या प्रश्नाचे काही उत्तर न देता रमापती रामचंद्रांना म्हणाले, ''बाबा, उगाचच वेळ वाया जातोय. ताबडतोब गुपचूप पळून जाण्याचा काही मार्ग शोधा.''

विभेच्या मनात एकाएकी एक भयंकर अशुभ शंका जागी झाली. बाहेर निघालेल्या मामांची वाट अडवून ती म्हणाली, ''तुमचे पाय धरते मामा, काय झालेय, ते सांगून जा.''

रमापती घाबऱ्या-घाबऱ्या चोहीकडे बघून म्हणाले, ''गोंधळ करू नकोस विभा, गप्प राहा; मी सगळे सांगतो.''

जेव्हा रमापतींनी एकेक करून सगळे सांगितले, तेव्हा विभा जवळजवळ किंचाळली. रमापतींनी घाईगडबडीने तिच्या तोंडावर हात ठेवला. म्हणाले, ''गप, गप सर्वनाश करू नकोस.''

विभा श्वास रोखून, भरलेल्या गळ्याने तिथेच मटकन खाली बसली.

रामचंद्रराय विव्हलपणे म्हणाले, ''आता मी काय करू? निसटून जायला

कुठून रस्ता आहे? मला तर काहीच माहीत नाही!"

रमापती म्हणाले, "आज रात्री चहूबाजूंनी पहारेकरी सावध आहेत. मी एकदा सगळीकडे बघून येतो. कुठे काही रस्ता सापडतो का ते पाहतो."

एवढे बोलून ते तिथून निघून जाऊ लागले. विभा त्यांना धरून ठेवत म्हणाली, "मामा, तुम्ही कुठे चाललात? तुम्ही जाऊ नका. तुम्ही आमच्याजवळ थांबा."

रमापती म्हणाले, "विभा, तुला वेड लागलेय! मी तुमच्याजवळ थांबून काही भले होणार नाही. उलट, मी एकदा चहूकडची परिस्थिती पाहून येतो."

विभा सगळे अवसान गोळा करून उठली. तिचे हातपाय थरथर कापत होते. ती म्हणाली, "मामा, तुम्ही आणखी थोडे इथे थांबा. मी एकदा दादाकडे जाऊन येते."

असे म्हणून विभा लगबगीने उदयादित्याच्या शयनकक्षात येऊन दाखल झाली.

क्षीण चंद्र अस्ताला जाऊ पाहत होता. चोही दिशांनी अंधार दाटून येत होता. कुठे एवढादेखील आवाज नव्हता. रामचंद्ररायांनी त्यांच्या शयनकक्षाच्या दाराशी उभे राहून पाहिले, तर दोन्ही बाजूंना ओळीने असलेल्या अंत:पुरातील महालांची दारे बंद होती. सगळे नि:शंक मनाने झोपले होते. समोरच्या प्रांगणात चारी बाजूंच्या भिंतींच्या सावल्या पडल्या होत्या आणि त्याच्या एका बाजूला चांदण्यांचा एवढासा प्रकाश अजूनही बाकी होता. हळूहळू तोदेखील नाहीसा झाला. अंधाराने एकेक पाऊल टाकीत साऱ्या जगावर कब्जा मिळविला होता. दूरवरच्या बागेतल्या माडांच्या रांगांमधून अंधार दाटला होता. अंधार जेव्हा शरीराला स्पर्शून अगदी जवळ येऊन बिलगून राहिला, तेव्हा रामचंद्रराय कल्पना करू लागले की, या चहूबाजूंच्या अंधारात न जाणो कुठे एखादी सुरी त्यांची वाट पाहते आहे! उजवीकडे की डावीकडे? समोर की मागे? 'हे जे इकडे-तिकडे बरेचसे कोपरे दिसताहेत, त्यांतल्या एखाद्या कोपऱ्यात कोणी चेहरा झाकून, सर्वांग चादरीत गुंडाळून गुपचूप दबा धरून बसून तर नाही? कोण जाणे, महालातही कुणी असले तर! खाटेखाली, नाहीतर भिंतीच्या एका टोकाला!' त्यांचे सर्वांग शहारले, कपाळ घामाने डबडबले. एकदा त्यांच्या मनात आले – 'मामांनी काही केले असेल तर? यात त्यांचा काही डाव असला तर?' ते आस्ते-आस्ते थोडे सरकून उभे राहिले. एक झुळूक आली आणि खोलीतील दिवा शांत झाला. रामचंद्रांना वाटले, 'कुणीतरी येऊन दिवा मालवला वाटते! कुणीतरी बहुधा खोलीत आहे.' रमापतीजवळ जात त्यांना खेटून हाक मारली, "मामाऽ" मामा म्हणाले, "काय बाबा?" रामचंद्रराय मनोमन म्हणाले, 'विभा जवळ असती तर बरे झाले असते. मामाचा काही पुरता भरवसा वाटत नाही.'

विभेला उदयादित्याजवळ येऊन रडूच कोसळले. तिच्या तोंडून शब्दही फुटेना.

सुरमेने तिला उठून बसवत विचारले, ''काय झाले विभा?'' विभाने सुरमेला दोन्ही हातांनी घट्ट धरून ठेवले, पण तिला काही बोलता येईना. उदयादित्यांनी मायेने विभेच्या माथ्यावर हात ठेवून विचारले, ''का गं विभा? काय झाले?'' विभा तिच्या भावाचे दोन्ही हात धरून म्हणाली, ''दादा, चल माझ्याबरोबर. सगळे समजेल.''

तिघे जण मिळून विभेच्या शयनकक्षाच्या दारापाशी हजर झाले. तिथे अंधारात रामचंद्र बसले होते आणि रमापती उभे होते. उदयादित्यांनी गडबडीने विचारले, ''मामा, झाले काय?'' रमापतींनी एकेक करून सारेकाही सांगितले. उदयादित्य त्यांचे मोठे डोळे विस्फारून सुरमेकडे पाहत म्हणाले, ''मी आत्ताच पिताजींकडे जातो. काही झाले तरी त्यांना मी हे कृत्य करू देणार नाही. काही झाले तरी नाही!''

सुरमा म्हणाली, ''त्याचा काही परिणाम होईल? त्यापेक्षा खरेतर काकाआजोबांना त्यांच्याकडे पाठवा. त्याने काही उपयोग झाला तर....''

युवराज म्हणाले, ''बरे.''

वसंतराय तेव्हा गाढ झोपेत होते. जाग आल्याबरोबर उदयादित्याला समोर पाहून त्यांना वाटले, बहुधा पहाट झाली. तत्क्षणी ते ललित रागात एक गाणे गाऊ लागले –

पुष्प सुकलं केसांत, काननपुष्प फुललं वनात
प्रकाश उजळला झाली प्रभात, मनीची आस राहिली मनात...

उदयादित्य मध्येच म्हणाले, ''काकाआजोबा, एक संकट उभे ठाकले आहे.''

तत्क्षणी वसंतरायांचे गाणे बंद पडले. त्रस्तभावे उठून उदयादित्याजवळ येऊन त्यांनी गडबडून विचारले, ''आँ! ते कोणते रे दादा? काय झालेय? कसले संकट?''

उदयादित्यांनी त्यांना सारेकाही सांगितले. वसंतराय शय्येवर मटकन_बसले. उदयादित्याच्या मुखाकडे पाहून मान हलवीत म्हणाले, ''नाही दादा, नाही! हे असे कधी घडलेय का? हे कधीतरी शक्य होईल का?''

उदयादित्य लगबगीने म्हणाले, ''आता आणखी वेळ घालवू नका; लगेच पिताजींकडे जा.''

वसंतराय उठले, चालू लागले. जाता-जाता पुन:पुन्हा विचारीत राहिले – ''दादा, हे असे कधी घडलेय का? हे कसे शक्य आहे?''

प्रतापादित्यांच्या महालात प्रवेश करताक्षणी वसंतरायांनी विचारले, ''बाबा प्रताप, हे असे कधी घडू शकेल का?'' प्रतापादित्य अजूनही शयनमहाली गेले नव्हते. ते त्यांच्या मंत्री-महालात बसून होते. एकदा क्षणभर त्यांना वाटले होते, लछमन सरदाराला परत बोलवावे. पण तो विचार तत्क्षणी त्यांच्या मनातून दूर झाला. 'प्रतापादित्य कधी दोनदा आज्ञा करतात? ज्या तोंडाने आज्ञा केली, त्याच

तोंडाने ती रद्द करायची? आज्ञेसंबंधाने पोरखेळ करणे शक्य नाही. पण विभेचे काय? विभा विधवा होणार!' रामचंद्ररायाने स्वेच्छेने अग्नीत उडी टाकली असती, तर त्याच्या अपरिहार्य फलस्वरूपी विभा विधवा झाली असती. त्यात प्रतापादित्यांचा काय दोष? पण इतकेही त्यांच्या मनाला आता सुचत नव्हते. अधून-मधून सगळी घटना त्यांच्या मनात लख्ख जागी होत होती, तेव्हा ते अगदी कासावीस होऊन जात होते. रात्र कधी एकदा संपेल, असे त्यांना वाटत होते. अगदी अशा वेळी वृद्ध वसंतराय कावरेबावरे होऊन महालात शिरले आणि व्याकूळपणे प्रतापादित्यांचे दोन्ही हात धरून म्हणाले, ''बाबा प्रताप, हे असे कधीतरी घडणे शक्य आहे का?''

प्रतापादित्य एकदम भडकून म्हणाले, ''का शक्य नाही?''

वसंतराय म्हणाले, ''पोरबुद्धी, मूर्ख! तो का तुझ्या रागाला पात्र आहे?''

प्रतापादित्य म्हणाले, ''पोरबुद्धी! आगीत हात घातल्यावर हात भाजेल, हे कळण्याचे का त्याचे वय झालेले नाही? पोर म्हणे! कुठचा कोण दळभद्री, अडाणी, अर्धवट, लोकांसमोर दात दाखवून पोट भरणारा ब्राह्मण! त्याला आमच्या राणीची थट्टामस्करी करण्यासाठी घेऊन येतो? ही बुद्धी त्याला सुचू शकते; मग त्या गोष्टीचा परिणाम काय होईल, ते तेवढे त्याच्या डोक्यात येत नाही? दुःख इतकेच की, हे जेव्हा त्याच्या डोक्यात येईल, तेव्हा ते डोके त्याच्या धडावर नसेल!'' जसजसे ते बोलू लागले तसतसे त्यांचे शरीर कापू लागले. त्यांचा निश्चय आणखी दृढ होऊ लागला. त्यांची अस्वस्थता आणखी वाढत गेली.

वसंतराय डोके हलवीत म्हणाले, ''पण तो लहान आहे अजून. त्याला काही समजत नाही.''

प्रतापादित्यांना आता मात्र असह्य झाले. ते म्हणाले, ''हे पाहा काकासाहेब, यशोहरच्या रायवंशाचा मान-अपमान कशाने होतो, हा विवेकविचार तुम्हाला असता, तर त्या पिकलेल्या केसांवर मोगल बादशहाचा शिरपेच मिरवीत फिरला असतात का? बादशहाच्या कृपाप्रसादाच्या अहंकाराने तुम्ही ताठ मानेने फिरता, या कारणाने प्रतापादित्याचे मस्तक अगदीच झुकले आहे. यवनचरणांची मृत्तिका तुम्ही कपाळी तिलक म्हणून लावता. तुमचे ते यवनांच्या पदधुलीने माखलेले तुच्छ मस्तक धुळीत लोळवण्याची माझी इच्छा होती; पण विधात्याच्या हस्तक्षेपाने त्यात अडथळा आला, हे मी तुम्हाला स्पष्टच सांगतोय. तुम्हाला म्हणूनच हे समजले नाही. आज रायवंशाचा केवढा मोठा अपमान झालाय आणि रायवंशांच्या अपमानकर्त्यासाठी क्षमेची भिक्षा मागायला केवळ तुम्ही म्हणूनच आलात.''

वसंतराय त्यावर हळूहळू म्हणाले, ''प्रताप, मला समजलेय, तू जेव्हा शस्त्र उचलतोस, तेव्हा ते कोणावरतरी चालायलाच हवे असते. मी त्याच्या कचाट्यातून सुटलो म्हणून दुसऱ्या कुणावरतरी त्याची धार धरली आहेस. ठीक आहे. प्रताप,

तुझ्या हृदयाला पाझर फुटत नसेल, तुझ्या क्षुधित क्रोधाला कोणाचा तरी घास हवाच असेल, तर तो माझा घे. हे तुझ्या काकाचे मस्तक (असे म्हणत वसंतरायांनी मस्तक खाली घातले) हे घेऊन तुझे समाधान होत असेल, तर हे घे. शस्त्र आण. या मस्तकावर केस नाहीत, या मुखावर यौवनाचा साज नाही. यमाने आमंत्रणपत्रिका धाडली आहे अन् तिथे जाण्यासाठी साजेशी साजसज्जाही करून झाली आहे. (वसंतरायांच्या मुखावर अगदी सूक्ष्म हास्यरेषा उमटली.) पण विचार कर प्रताप, आपली विभा कोवळी पोर... तिच्या डोळ्यांतून अश्रू वाहू लागतील, तेव्हा....'' बोलता-बोलता वसंतराय कासावीस होऊन हमसाहमशी रडू लागले, ''मला मारून टाक प्रताप. मला जिवंत राहण्यात सुख नाही. तिच्या डोळ्यांतले पाणी पाहण्याआधी मला मारून टाक!''

प्रतापादित्य इतका वेळ गप्प होते. जेव्हा वसंतरायांचे बोलणे संपले, तेव्हा ते सावकाश उठून निघून गेले. त्यांना समजले की, ही गोष्ट आता जाहीर झाली आहे. खाली जाऊन पहारेकऱ्यांना बोलावून त्यांनी आज्ञा दिली की, राजप्रासादाला लागून असलेला खाल* लगोलग सागाच्या मोठमोठ्या ओंडक्यांनी बंद करून टाकावा. या कालव्यातच रामचंद्ररायांची नौका होती. त्या रात्री अंत:पुरातून कोणीही बाहेर जाता कामा नये, यासंबंधी पहारेकऱ्यांना विशेष सावध केले गेले.

---

* खाल – नदी अथवा खाडीचा लहान फाटा. यातून अंतर्गत जलवाहतूक होते. अशा नैसर्गिक कालव्यांचे बंगालमध्ये जाळे आहे.

११

वसंतराय अंत:पुरात परतले, तेव्हा त्यांना पाहून विभेने हंबरडाच फोडला. वसंतरायांनाही आता आपले अश्रू आवरले नाहीत. ते उदयादित्याचा हात धरून म्हणाले, "दादा, तूच आता यातून काहीतरी मार्ग काढ." रामचंद्रराय अतिशय चिंताग्रस्त झाले. उदयादित्यांनी तलवार उपसली आणि म्हणाले, "या, माझ्याबरोबर या." सगळे जण निघाले. उदयादित्य म्हणाले, "विभा, तू इथेच थांब; तू येऊ नकोस." विभा ऐकेना. रामचंद्रराय म्हणाले, "नाही, विभाला येऊ दे बरोबर." रात्रीच्या स्तब्धतेत सगळे जण दबक्या पावलांनी चालू लागले. संकट चारही दिशांनी आपले अदृश्य हात पसरत आहे, असे वाटत होते. रामचंद्रराय पुढे-मागे, डावी-उजवीकडे न्याहाळू लागले. त्यांना मामांबद्दल मधूनमधून संशय वाटू लागला.

अंत:पूर ओलांडून बाहेर जाण्याच्या दरवाजापाशी येऊन उदयादित्यांनी पाहिले, तर दरवाजा बंद! विभा भयकंपित होऊन रुद्ध कंठाने म्हणाली, "दादा, खालच्या मजल्यावरचा दरवाजा कदाचित बंद केला नसेल. तिकडे जाऊ या." सगळे त्या दिशेने चालू लागले. दाट काळोखात जिना उतरून खाली जाऊ लागले. रामचंद्ररायांच्या मनात विचार आला – 'या जिन्याने उतरल्यावर पुन्हा कुणी वर येऊ शकणार नाही. ही जणू वासुकी सर्पाची गर्ता आहे. सप्त पाताळात जाण्याचा जिना हाच असावा! जिना संपून दरवाजापाशी येऊन पाहतात तर दार बंद! पुन्हा सगळे हळूहळू वर चढून आले. अंत:पुरातून बाहेर जाणारे जेवढे रस्ते होते, ते सगळेच बंद होते. सर्वांनी मिळून सगळ्या दरवाजांपाशी जाऊन तपासले. प्रत्येक दार अगदी दोन-तीन वेळा निरखले, पण सगळी अगदी बंद होती.

विभेला जेव्हा समजून चुकले की, बाहेर जाण्याचा एकही मार्ग नाही तेव्हा तिने आपले अश्रू पुसून टाकले. पतीचा हात धरून ती त्याला शयनकक्षात घेऊन गेली. दाराजवळ खंबीरपणे उभी राहून ठाम स्वरात म्हणाली, "बघते, या महालातून कोण तुम्हाला घेऊन जाऊ शकतो ते! तुम्ही जिथे जाल, तिथे मी तुमच्या पुढे असेन.

बघतेच कोण मला अडवते ते!'' मग उदयादित्य दरवाजाजवळ उभे राहून म्हणाले, ''माझा खून केल्याखेरीज या महालात कोणी प्रवेश करू शकणार नाही.'' सुरमा काही न बोलता पतीच्या शेजारी जाऊन उभी राहिली. वृद्ध वसंतराय सर्वांच्या पुढे येऊन उभे राहिले. मामा हळूहळू निघून गेले; परंतु रामचंद्ररायांना हा बंदोबस्त फारसा पसंत पडला नाही. ते विचार करीत होते – 'प्रतापादित्यांचा स्वभाव पाहता, ते कोणत्याही थराला जाऊ शकतील. विभा आणि उदयादित्य मध्ये पडून काही करू शकतील याचा भरवसा वाटत नाही. या महालातून कसेतरी बाहेर पडले, तरच जीव बचावेल.'

काही क्षणांनी उदयादित्याला सुरमा मृदू स्वरात म्हणाली, ''आपण इथे असे उभे राहून काही फायदा होईल, असे वाटत नाही; होईल उलटेच! पिताजींना जितका विरोध होईल, तितका त्यांचा संकल्प आणखी दृढ होईल. कसेही करून प्रासादातून रातोरात पळून जाण्याचा रस्ता शोधा.''

उदयादित्यांनी चिंतित भावाने काही क्षण सुरमेकडे पाहिले आणि मग ते म्हणाले, ''तर मग मी जाऊन शक्तीचा वापर करून पाहतो.''

संमतिसूचक मान हलवून सुरमा ठामपणे म्हणाली, ''जा तर.''

उदयादित्यांनी त्यांचे उत्तरीय वस्त्र काढून फेकले आणि ते निघाले. सुरमा त्यांच्या सोबत थोडं अंतर गेली. एकान्त स्थळी पोचल्यावर तिने उदयादित्यांना दृढ आलिंगन दिले. उदयादित्यांनी मस्तक झुकवून तिचे एक दीर्घ चुंबन घेतले आणि दुसऱ्या क्षणी निघून गेले.

मग सुरमा तिच्या शयनकक्षात येऊन पोचली. तिच्या डोळ्यांमधून अश्रू वाहू लागले. हात जोडून ती दुर्गादेवीला म्हणाली, ''आई, मी जर पतिव्रता, सती असेन, तर एवढ्या एका वेळी माझ्या पतीचे त्याच्या पित्यापासून रक्षण कर. आज मी त्यांना या संकटात निरोप दिला, तो केवळ तुझ्या भरवशावर! आई, तू जर माझा घात केलास, तर जगात कोणी तुझ्यावर यापुढे विश्वास ठेवणार नाही.'' बोलता-बोलता तिला रडू कोसळले. त्या अंधारात बसून सुरमेने मनोमन कितीदातरी 'माँऽ माँऽ' अशा हाका मारल्या; पण तिला वाटले की, आईला त्या ऐकू गेल्याच नाहीत. तिने देवीच्या पायांवर मनोमन पुष्पांजली वाहिली. तिला वाटले की, आईने ती स्वीकारली नाही; तिच्या पायांवरून ती खाली ओघळली. सुरमा रडत म्हणाली, ''असे का माँ? मी काय अपराध केला आहे?'' तिला त्याचे उत्तर मिळाले नाही. चोहोबाजूच्या अंधकारात तिला संकट घोंघावत येताना दिसू लागले. चारी दिशा शून्य भासू लागल्या. त्या महालात एकाकी बसून राहणे तिला अशक्य झाले. ती बाहेर पडून विभेच्या महालात आली.

वसंतराय व्याकूळ स्वरात म्हणाले, ''दादा अजून परतला नाही. कोण जाणे काय होणार आहे!''

सुरमा भिंतीला टेकून उभी राहून म्हणाली, ''विधाता जे घडवील, ते.''

रामचंद्रराय आता मनोमन आपल्या जुन्या नोकराला – राममोहनला शिव्याशाप देत होते. कारण त्याच्यामुळेच तर हे सारे संकट ओढवले होते. त्याला मनोमन जितक्या प्रकारे शिक्षा देणे शक्य होते, त्या सगळ्या ते ठोठावीत होते. अधून-मधून त्यांना या गोष्टीचे भान येई की, शिक्षा ठोठावण्याची वेळ बहुधा आता येणारच नाही.

उदयादित्यांनी हातात नंगी तलवार घेऊन अंत:पूर ओलांडून बंद दरवाजापाशी येऊन त्यावर जोरदार लाथ मारली. म्हणाले, ''कोण आहे रे तिकडे?''

बाहेरून उत्तर आले, ''जी, मी सीताराम आहे.''

युवराज करड्या सुरात म्हणाले, ''ताबडतोब दरवाजा उघड.''

सीतारामने लागलीच दरवाजा उघडला. उदयादित्य तेथून जाऊ लागताच तो हात जोडून म्हणाला, ''युवराज, माफी असावी, आज रात्री अंत:पुरातून कोणालाही बाहेर सोडण्याचा हुकूम नाही.''

युवराज म्हणाले, ''सीताराम, तू माझ्यावर शस्त्र उचलणार? ये तर मग!'' असे म्हणून त्यांनी तलवार उपसली.

सीताराम हात जोडून म्हणाला, ''नाही, युवराज, आपल्याविरुद्ध मी शस्त्र उचलू शकणार नाही. आपण माझे प्राण दोनदा वाचविले आहात.'' त्याने युवराजांची पायधूळ मस्तकी लावली.

युवराज म्हणाले, ''मग काय करायचे असेल, ते झटपट कर. वेळ घालवू नकोस.''

सीताराम म्हणाला, ''ज्या प्राणांचे आपण दोनदा रक्षण केलेत, त्यांचा आता नाश करू नका. मला नि:शस्त्र करा. हे घ्या माझे शस्त्र! मला नखशिखान्त बांधून टाका. नाहीतर महाराजांकडे माझी खैर नाही.''

युवराजांनी त्याचे शस्त्र काढून घेतले. मग त्याच्याच कपड्यांनी त्याच्या मुसक्या बांधल्या. तो तिथेच पडून राहिला. ते निघून गेले. थोड्या अंतरावर एक लहानशी भिंतवजा कठडा होता. त्या भिंतीला एकच दार होते आणि तेही बंद होते. हे दार ओलांडले की, अंत:पुरातून एकदम बाहेर पडता येई. युवराज या दारावर थाप न मारता त्या भिंतीवर उडी मारून चढले. पाहतात तो एक पहारेकरी भिंतीला टेकून आरामशीर झोपलेला होता. ते काळजीपूर्वक खाली उतरले. विजेच्या वेगाने त्या पहारेकऱ्यावर त्यांनी झेप घेतली. त्याचे शस्त्र काढून घेऊन दूर फेकून दिले आणि त्या हतबुद्ध, भयचकित पहारेकऱ्याला क्षणार्धात आपादमस्तक बांधून टाकले. त्याच्याजवळ चावी होती, ती काढून घेऊन दरवाजा उघडला. तेव्हा पहारेकरी भानावर आला. विस्मित स्वरात त्याने विचारले, ''युवराज, काय करता हे?''

युवराज म्हणाले, ''अंत:पुराचा दरवाजा उघडतो आहे.''

पहारेकरी गर्भगळित होऊन म्हणाला, ''उद्या महाराजांना मी काय उत्तर देऊ?''

उदयादित्य म्हणाले, ''सांग की, युवराजांनी मला बांधून अंत:पुराचे दार बळजबरीने उघडले. मग तुझी सुटका होईल.''

अंत:पुरातून बाहेर पडून जावयांकडची माणसे जिथे उतरली होती, त्या खोलीत उदयादित्य गेले. त्या खोलीत केवळ राममोहन आणि रमाई भांड झोपले होते. बाकी सगळे जेवून-खाऊन नौकेवर परत गेले होते. युवराजांनी राममोहनला हळूच स्पर्श केला. तो दचकून उठून उभा राहिला. चकित होऊन म्हणाला, ''कोण? युवराज!'' युवराज म्हणाले, ''बाहेर ये.'' राममोहन बाहेर आला. युवराजांनी राममोहनला सगळेकाही सांगितले.

राममोहनने डोक्याला मुंडासे गुंडाळले, लाठी पेलली अन् रागाने फुलून जाऊन म्हणाला, ''पाहतो लछमन सरदार किती शक्तिशाली आहे ते! युवराज, आमच्या महाराजांना एकदा फक्त माझ्यापाशी आणून द्या. मी ही लाठी घेऊन शंभर माणसांना पळवून लावीन.''

युवराज म्हणाले, ''ते मला माहीत आहे, पण यशोहरच्या राजवाड्यात शंभरापेक्षा कितीतरी अधिक कुमक आहे. तू शक्तीच्या जोरावर काही करू शकणार नाहीस. दुसरा काहीतरी मार्ग काढावा लागेल.''

राममोहन म्हणाला, ''बरेय तर! महाराजांना एकदा माझ्यापाशी आणा. ते माझ्याजवळ उभे राहिले की, मी निश्चिन्त मनाने उपाय शोधू शकेन.'' मग अंत:पुरात जाऊन उदयादित्यांनी रामचंद्रांना हाक मारली. ते आणि त्यांच्याबरोबर सगळेच बाहेर आले.

राममोहनला पाहताच रामचंद्रांचा संताप उफाळला. ते भडकून म्हणाले, ''तुला मी या क्षणी कामावरून काढून टाकले आहे. तू चालता हो! तू जुना माणूस आहेस म्हणून याहून अधिक तुला मी काय शिक्षा करू? या प्रसंगातून वाचलो, तर मी पुन्हा तुझे तोंड पाहणार नाही.'' राममोहनवर त्यांचे खरोखर प्रेम होते. बालपणापासून राममोहनने त्यांचे लालनपालन केले होते.

राममोहन हात जोडून म्हणाला, ''तुम्ही मला काढून टाकणारे कोण महाराज? देवानेच मला ही चाकरी दिली आहे. ज्या दिवशी यमाची आज्ञा येईल, त्या दिवशी भगवंतच या नोकरीतून मला मुक्त करील. तुम्ही मला ठेवा किंवा ठेवू नका; मी तुमचा चाकर राहणारच.'' असे म्हणून तो रामचंद्रांच्या रक्षणार्थ उभा राहिला.

उदयादित्य म्हणाले, ''राममोहन, काही उपाय सुचला का?'' राममोहन म्हणाला, ''आपल्या श्रीचरणांच्या आशीर्वादाने ही लाठी हाच एक उपाय आहे आणि कालीमातेच्या चरणांचा भरवसा!''

उदयादित्य खेदाने मान हलवून म्हणाले, ''हा उपाय काही कामाचा नाही. बरे राममोहन, तुमची नौका कोणत्या बाजूला आहे?''

राममोहन म्हणाला, ''राजवाड्याच्या दक्षिणेकडील कालव्यामध्ये.''

उदयादित्य म्हणाले, ''चला, एकदा गच्चीवर जाऊ.''

राममोहनला अचानक एक कल्पना सुचली. तो म्हणाला, ''हां, बरोबर आहे. तिकडेच चला.''

सगळे प्रासादाच्या गच्चीत गेले. गच्चीपासून जवळजवळ सत्तर हात खाली कालवा होता. या कालव्यातच रामचंद्रांची चौसष्ट वल्ह्यांची नौका तरंगत होती. राममोहन म्हणाला की, रामचंद्ररायांना पाठंगुळीला बांधून घेऊन तो गच्चीतून खाली नौकेत उडी मारेल.

ते ऐकून वसंतराय फार गडबडून गेले. राममोहनला त्वरेने धरून म्हणाले, ''छे, छे, छे! ते कसे जमेल? राममोहन, अशी अशक्य गोष्ट करायचा प्रयत्न करू नकोस.''

विभा चमकून काळजीने म्हणाली, ''नाही मोहन, तू हे काय बोलतो आहेस?''

रामचंद्र म्हणाले, ''नाही राममोहन, हे शक्य नाही.''

मग उदयादित्यांनी अंतःपुरात जाऊन पुष्कळ जाड, लांब चादरी गोळा करून आणल्या. राममोहनने त्यांना पिळे मारून एकत्र बांधून त्यांचा एक प्रचंड मोठा दोरखंड बनविला. नौका ज्या बाजूला होती, त्या बाजूच्या गच्चीवरील एका छोट्या खांबाला तो दोरखंड बांधला. नौकेच्या किंचित वर जाऊन दोरखंड तिथे लटकत राहिला. राममोहन रामचंद्ररायांना म्हणाला, ''महाराज, आपण माझ्या पाठीला घट्ट पकडून धरा. मी हा दोरखंड धरून खाली उतरतो.''

रामचंद्र या गोष्टीला मात्र लगेचच राजी झाले. मग राममोहनने एकेक करून सर्वांना नमस्कार केला आणि सर्वांची पायधूळ घेतली. तो म्हणाला, ''जय माँ काली!'' रामचंद्रांना पाठंगुळीला घेतले. रामचंद्रांनी डोळे मिटून प्राणपणाने त्याच्या पाठीला घट्ट पकडून ठेवले. विभेकडे पाहून राममोहन म्हणाले, ''मी येतो तर मग माँ. तुमचा हा मुलगा जोवर बरोबर आहे तोवर अजिबात भीती बाळगू नका.''

राममोहनने दोरखंडाला घट्ट धरले. विभा खांबावर रेलून प्राण डोळ्यांत आणून उभी राहिली. वृद्ध वसंतराय थरथरत्या पायांनी उभे राहून डोळे मिटून 'दुर्गाऽदुर्गाऽ' असा जप करू लागले. राममोहन दोरखंडाला धरून उतरत त्याच्या टोकापर्यंत गेला. तिथे हात सोडून त्याने दोरखंड दातांमध्ये धरला आणि रामचंद्रांना पाठीवरून उतरवून, दोन्ही हातांनी धरून झुलवून अत्यंत काळजीपूर्वक नौकेत उतरवले आणि मग स्वतःदेखील उडी मारली. रामचंद्र नौकेत उतरल्याबरोबर मूर्च्छित झाले. रामचंद्र ज्या क्षणी नौकेत उतरले, त्या क्षणी एक दीर्घ अन् खोल उसासा टाकून विभा

मूर्च्छित झाली. तिथेच कोसळली. वसंतरायांनी डोळे चोळीत विचारले, ''दादा, काय झाले?'' मूर्च्छित विभेला पोटाशी धरून उदयादित्य अंत:पुरात निघून गेले. उदयादित्यांचा हात धरून सुरमा म्हणाली, ''आता तुमचे काय होईल?'' उदयादित्य म्हणाले, ''मला माझी काळजी वाटत नाही.''

इकडे नौका थोड्या दूरवर जाऊन अडकून पडली. कालवा मोठमोठ्या सागाच्या ओंडक्यांनी बंद केलेला होता. इतक्यात पहारेकऱ्यांनी दूरवरून पाहिले की, नौका पळून चालली आहे. त्यांनी दगड फेकायला सुरुवात केली, पण एकही दगड नौकेपर्यंत पोहोचू शकला नाही. पहारेकऱ्यांच्या हाती तलवारी होत्या, बंदुका नव्हत्या. एक जण बंदूक आणायला गेला. शोधून-शोधून बंदूक सापडली, तर तिच्या गोळ्या सापडेनात. ''अरे, बंदुकीची दारू कुठाय? गोळ्या कुठायत?'' म्हणता-म्हणता राममोहन आणि इतर सेवकांनी ओंडक्यावरून नौका ओढून काढून पुढे लोटली.

पहारेकरी पाठलाग करण्यासाठी एक नौका मागवायला गेले. नौका बोलावण्याची जबाबदारी ज्याच्यावर सोपविली गेली, त्याने रस्त्यात हरी वाण्याच्या दुकानी थांबून एक चिलीम ओढली आणि रामशंकरला त्याच्या बिछान्यातून उठवून त्याच्याकडून येणे असलेले पैसे लवकर देण्याबाबत तगादा लावला. नौकेचे प्रयोजन अगदी संपले, तेव्हा आरडाओरडा करीत पाठलागासाठी नौका येऊन पोचली. उशीर झालेला पाहून नौका बोलावून आणणाऱ्या माणसावर भरपूर तोंडसुख घ्यायला इतर सगळ्यांनी सुरुवात केली होती. तो म्हणाला, ''मी म्हणजे घोडा नव्हे!'' एकेक करून सगळ्यांचे तोंडसुख घेऊन झाले, तेव्हा रामचंद्ररायांची नौका धरण्याची कोणतीही शक्यता उरलेली नव्हती, याचे भान सगळ्यांना आले. नौका आणायला जेवढा उशीर झाला होता, त्याच्या तिप्पट उशीर आणणाऱ्याची निर्भर्त्सना करण्याने झाला होता.

रामचंद्रांची नौका भैरव नदामध्ये* जाऊन पोचली, तेव्हा फर्नांडिसने एक तोफ उडवली.

पहाटे-पहाटे प्रतापादित्यांना झोप लागत होती. तोफेच्या आवाजाने त्यांची झोप मोडली. त्यांनी हाक दिली – ''पहारेकरीऽऽ'' कोणीही आले नाही. दरवाजावरचे पहारेकरी रात्रीच पळून गेले होते. प्रतापादित्यांनी आणखी मोठ्याने हाक मारली, ''पहारेकरीऽऽ''

---

* नद – खूप मोठी नदी

१२

जागे झाल्यावर प्रतापादित्यांनी मोठ्याने हाक मारली – "पहारेकरीऽऽ" पहारेकरी आला नाही, तेव्हा शय्येवरून झटपट उठून ते विद्युत् वेगाने महालाबाहेर पडले. त्यांनी हाक दिली– "मंत्रीऽ" एका नोकराने पळत जाऊन मंत्र्यांना अंत:पुरात ताबडतोब बोलावून आणले.

"मंत्री, पहारेकरी कुठे गेले?"

मंत्री उत्तरले, "बाहेरच्या दारावरचे पहारेकरी पळून गेले आहेत!" मंत्र्यांनी पाहिले की, संकट समोर आ वासून उभे आहे. म्हणून प्रतापादित्यांच्या प्रश्नाचे त्यांनी रोखठोक, स्वच्छ, झटपट उत्तर देऊन टाकले. जितके आडवळणाने आणि वेळ घालवून प्रश्नाचे उत्तर द्यावे, तितके प्रतापादित्य भडकून उठतात, हे मंत्री जाणून होते.

प्रतापादित्य म्हणाले, "अंत:पुरातले पहारेकरी?"

मंत्री म्हणाले, "येता-येता असे दिसले की, ते हातपाय बांधलेल्या स्थितीत पडलेले आहेत." मंत्र्यांना रात्रीच्या घटनेबद्दल काहीच माहीत नव्हते. काय झाले असावे, याचा काही अंदाजही करता येत नव्हता. त्यांना इतकेच समजले होते की, काहीतरी अतिगंभीर घटना घडली होती. अशा वेळी महाराजांना काही प्रश्न विचारणे अशक्यच होते.

प्रतापादित्य गडबडीने म्हणाले, "रामचंद्रराय कुठे आहे? उदयादित्य कुठे आहे? वसंतराय कुठे आहेत?"

मंत्री हळूहळू उत्तरले, "मला वाटते, ते अंत:पुरातच असावेत."

प्रतापादित्य वैतागून म्हणाले, "वाटू तर मलाही शकले असते; मग तुम्हाला विचारले ते कशाला? जे वाटते, ते नेहमीच सत्य नसते."

मंत्री काही न बोलता हळूहळू बाहेर पडले. रमापतीकडून त्यांना रात्रीच्या घटनेची साद्यन्त हकिगत समजली. रामचंद्रराय पळून गेले, हे ऐकल्यावर त्यांना

विशेष चिंता वाटू लागली. बाहेर पडून मंत्र्यांनी पाहिले, तो मुटकुळे करून रमाई भांड बसून होते. मंत्र्यांना पाहून रमाई भांड म्हणाले, "ओहो, मंत्री जांबुवान*!" असे म्हणून त्याने दात विचकले. त्याच्या या दात विचकून हसण्याला रामचंद्रांच्या राजसभेतील सभासद विनोद म्हणत; विकृती म्हणत नसत. त्याचे हे 'आदरपूर्वक' उद्‌गार ऐकून मंत्री काहीही बोलले नाहीत. एका नोकराला म्हणाले, "याला घेऊन ये." मंत्र्यांनी विचार केला– 'या वेडगळाला आताच प्रतापादित्यांच्या रोषापुढे हजर करावे. प्रतापादित्यांचे वज्र कुणा ना कुणावर पडणारच. तर या फालतू माणसावर पडू दे. या केळीच्या झाडाचा बळी देऊन इतर मोठमोठ्या वृक्षांचं तरी रक्षण होऊ दे.'

रमाईला पाहताच प्रतापादित्य एकदम संतापाने पेटले आणि विशेषत: त्याने जेव्हा प्रतापादित्यांना संतुष्ट करण्यासाठी दात विचकून, अंगविक्षेप करून एक विनोदी कथा सांगायला सुरुवात केली, तेव्हा ते प्रतापादित्यांच्या सहनशक्तीबाहेर गेले. ताबडतोब आसनावरून उठून, विचित्र हातवारे करत घृणाभरल्या स्वरात ते म्हणाले, "दूर करा, दूर करा! याला ताबडतोब इथून घेऊन जा! याला माझ्यासमोर आणायला कोणी सांगितले?" प्रतापादित्यांच्या रागाबरोबर जर घृणेचा उदय झाला नसता, तर रमाई भांडाची या खेपेला काही खैर नव्हती. कारण घृणित व्यक्तीला मारायचे म्हटले, तरी त्याला स्पर्श करावा लागतो! रमाईला ताबडतोब बाहेर काढले गेले.

मंत्री म्हणाले, "महाराज, राजजामात...."

प्रतापादित्य अधीरपणे मान हलवून म्हणाले, "रामचंद्रराय!"

मंत्री म्हणाले, "होय, ते काल रात्री राजधानी सोडून निघून गेले!"

प्रतापादित्य उठून उभे राहून म्हणाले, "निघून गेले? पहारेकरी कुठे आहेत?"

मंत्री पुन्हा म्हणाले, "बाहेरच्या दारावरचे पहारेकरी पळून गेले आहेत."

प्रतापादित्य संताप अनावर होऊन मूठ आवळीत म्हणाले, "पळून गेले? कुठे जातील पळून? असतील तिथून त्यांना शोधून आणा. अंत:पुरातल्या पहारेकऱ्यांना ताबडतोब बोलवून आणा!"

मंत्री बाहेर निघून गेले.

रामचंद्रराय जेव्हा नौकेत उतरले, तेव्हा अंधार होता. उदयादित्य, वसंतराय, सुरमा, विभा कोणीही त्या रात्री बिछान्यावर येऊन झोपले नाही. विभा मूकपणे, एकही अश्रू न ढाळता विषण्णपणे पडून राहिली. सुरमा तिच्याजवळ बसून तिचे

---

* अस्वल. (संस्कृत)

मस्तक थोपटू लागली. उदयादित्य आणि वसंतराय सुन्न बसून राहिले. महालातल्या अंधारात परस्परांचे चेहरे अंधूक दिसत होते. महालात कोणीतरी अदृश्य – अंधार म्हणा, अनिश्चितता म्हणा, दैव म्हणा असावे; त्याच्या निःश्वासांचा आवाज ऐकू येत होता.

सदा आनंदी, प्रसन्नचित्त असणारे वसंतराय आता मात्र चोहीकडे निराशा पाहून व्याकूळ झाले होते. ते सतत टकलावरून हात फिरवीत होते. चोहोकडे पाहत होते आणि विचार करीत होते – 'हे काय झाले!' त्यांचा गोंधळ उडाला होता. भोवताली घडणाऱ्या घटना त्यांना नीट उमगत नव्हत्या. घडलेल्या गोष्टी म्हणजे त्यांना एक जटिल दुःस्वप्न वाटत होते. मधूनच ते उदयादित्यांचा हात धरून व्याकूळ सुरात हाक मारीत – "दादाऽऽ" आणि उदयादित्य म्हणत, "काय काकाआजोबा?" मात्र त्यापुढे वसंतरायांना आणखी काही बोलवत नव्हते. 'दादा' या एका हाकेतून त्यांच्या व्याकूळ, सैरभैर हृदयातील हजारो अव्यक्त मूक प्रश्न बाहेर पडण्यासाठी धडपडत असल्याचे जाणवत होते. त्यांना खरे म्हणजे काही विचारायचे नव्हते. त्यांच्या साऱ्या हाकांचा अर्थ इतकाच होता – हे काय झाले? चहूबाजूंचा अंधार काहीतरी कट-कारस्थान केल्याप्रमाणे कोणत्याशा गूढ भाषेत त्यांच्या कानात काहीतरी कुजबुजत होता. त्यांना काहीच उमगत नव्हते. अशा वेळी उदयादित्यांची साद ऐकून त्यांचे चित्त थोडेसे थाऱ्यावर येई. राहून-राहून उदयादित्याचा हात व्याकूळपणे धरून ते म्हणत, "दादा, माझ्यामुळे झाले का रे हे सगळे?" त्यांना सारखे-सारखे वाटत होते की, प्रतापादित्याला त्यांना मारून न टाकता आल्यामुळेच हे सगळे घडले होते. उदयादित्याची तेव्हा आणखी काही बोलण्याजोगी मनःस्थिती नव्हती. ते हळुवारपणे म्हणाले, "नाही काकाआजोबा..." काही काळ महालात शांतता भरून राहिली होती.

काही काळाने वसंतराय पुन्हा म्हणाले, "विभा, पोरी, तू काही बोलत का नाहीस?" असे म्हणून ते विभेजवळ जाऊन बसले. काही क्षणांनी वसंतरायांनी पुन्हा हाक मारली, "सुरमा, अगं सुरमाऽऽ" सुरमेनं मान वर करून पाहिले, पण ती काहीही बोलली नाही. काकाआजोबा बसल्या-बसल्या डोक्यावरून हात फिरवू लागले; कसल्याशा अज्ञात संकटाची प्रतीक्षा करीत असल्यासारखे. सुरमा तेव्हा निश्चल बसून विभेच्या कपाळावर थोपटीत होती; पण सुरमेच्या हृदयाची जी उलघाल होत होती, ती केवळ परमेश्वरालाच दिसत होती. सुरमेने तशा अंधारात एकदा उदयादित्याच्या मुखाकडे पाहण्याचा प्रयत्न केला. काही क्षणांनी तिला अंधूकसे दिसले – उदयादित्य भिंतीला डोके टेकवून एकाग्रपणे कसल्यातरी विचारात गढून गेले होते. सुरमेच्या डोळ्यांतून अश्रू वाहू लागले. न जाणो, विभेला ते समजेल, म्हणून तिने ते गुपचूप पुसून टाकले.

रात्र संपून चारही दिशा जशा उजळल्या, तसा वसंतरायांनी नि:श्वास टाकला. त्यांच्या मनातील अज्ञात संकटाचे सावट दूर झाले. घडलेल्या गोष्टीचा त्यांनी शांत मनाने विचार करून पाहिला. विभेच्या महालातून ते बाहेर निघून गेले. अंत:पुराच्या दरवाजाशी हातपाय बांधलेल्या सीतारामाजवळ जाऊन ते थांबले. त्याला म्हणाले, ''हे बघ सीताराम, प्रताप तुला जेव्हा विचारील की, तुला कोणी बांधले, तर तेव्हा तू माझे नाव घे. प्रतापला माहीत आहे, एके काळी वसंतराय बलवान होता. तो तुझ्या सांगण्यावर विश्वास ठेवील.''

प्रतापादित्याला काय जबाब द्यावा, या गोष्टीचा सीताराम कितीतरी वेळ करीत होता. या गोष्टीत उदयादित्याचे नाव घेण्याचा विचार त्याच्या मनाला अजिबात मान्य होत नव्हता. एका लंगड्या, तीनडोळ्या, ताडमाड भुतावर हे सगळे ढकलून देण्याचे त्याने ठरवून टाकले होते; पण त्याऐवजी वसंतराय आरोपी म्हणून मिळाल्यावर बिचाऱ्या निरपराध भुताची त्याने मनोमन सुटका केली. वसंतरायांच्या म्हणण्याला तो तत्क्षणी राजी झाला. मग ते दुसऱ्या पहारेकऱ्याजवळ जाऊन म्हणाले, ''भागवत, प्रतापने विचारले तर सांग की, वसंतरायने तुला बांधून ठेवले.'' भागवतची सदसद्‌विवेकबुद्धी अचानक अत्यंत प्रबळ झाली. असत्याबद्दल त्याच्या मनात अतिशय घृणा निर्माण झाली. त्याचे खरे कारण म्हणजे उदयादित्यावर तो प्रचंड चिडला होता.

भागवत म्हणाला, ''असे काही सांगू नका मला. असे केल्याने मला पाप लागेल!''

वसंतराय त्याच्या खांद्यावर हात ठेवून म्हणाले, ''भागवत, माझे ऐक. यात काही अधर्म नाही. भल्या माणसांचे प्राण वाचविण्यासाठी खोटे बोलण्यात जर अधर्म असता, तर मी तुला तसे करायला कसे सांगितले असते?'' वसंतरायांनी त्याच्या खांद्यावर हात ठेवून, पाठीवरू हात फिरवत त्याला वारंवार समजाविण्याचा प्रयत्न केला की, यात काही पाप नाही; पण माणसाचा विवेक जेव्हा अतिप्रबळ होतो, तेव्हा त्याच्यापुढे कोणताही युक्तिवाद चालत नाही. भागवत म्हणाला, ''नाही महाराज, मी मालकांशी खोटे कसे बोलू?''

वसंतरायांची अतिशय घालमेल झाली. ते व्याकूळपणे म्हणाले, ''भागवत, माझे ऐक. मी तुला समजावून सांगतोय, हे खोटे बोलण्यात काही पाप नाही. असे बघ, मी तुला नंतर यासाठी बक्षीस देईन! माझे एवढे ऐक. हे घे. माझ्याजवळ जे काही आहे, ते सगळे मी तुला देतो.''

भागवतने ताबडतोब हात पुढे केला आणि सगळे पैसे क्षणात त्याच्या कनवटीच्या आसऱ्याला जाऊन बसले. मग वसंतराय काहीसे निश्चिन्त होऊन तिथून निघून गेले.

पहारेकऱ्यांना प्रतापादित्याकडून बोलावणे आले. मंत्री त्यांना पुढे घालून राजांकडे घेऊन गेले. आत उसळणारा क्रोध दाबून ठेवून प्रतापादित्य वरकरणी शांत, स्थिर अन् गंभीरपणे बसले होते. एकेका शब्दाचा हळूहळू स्पष्ट उच्चार करीत त्यांनी विचारले, "काल रात्री अंत:पुराचा दरवाजा कसा उघडला गेला?"

सीतारामच्या काळजात धस्स झालं. तो हात जोडून म्हणाला, "क्षमा असावी महाराज, माझी काही चूक नाही."

महाराज भुवई उंचावून म्हणाले, "ते तुला कोण विचारतेय?"

सीताराम घाईघाईने म्हणाला, "जी नाही... म्हणजे महाराज... युवराज, युवराज मला जबरदस्तीने बांधून ठेवून अंत:पुरातून बाहेर गेले." युवराजांचे नाव त्याच्या तोंडून अचानक बाहेर पडले. जे नाव काही झाले तरी सांगायचे नाही म्हणून त्याने सगळ्यात जास्त घोकले होते, तेच नाव ह्या गोंधळात त्याच्या जिभेवर सर्वप्रथम आले! एकदा बाहेर पडले; आता खैर नव्हती.

इतक्यात पहारेकऱ्यांना बोलावून घेतल्याचे वसंतरायांनी ऐकलं. ते धडपडत प्रतापादित्यांच्या महालात पोचले. सीताराम सांगत होता, "मी युवराजांना मना केले, पण त्यांनी ऐकले नाही."

वसंतराय गडबडीने म्हणाले, "हां, हां, सीताराम, काय म्हणालास? असा खोटेपणा करू नकोस. सीताराम, खरे बोललास, तर परमेश्वर तुझ्यावर प्रसन्न होईल. उदयादित्याचा यात काही अपराध नाही."

सीताराम घाईघाईने म्हणाला, "जी, नाही... युवराजांचा काही अपराध नाही."

प्रतापादित्य दृढ स्वरात म्हणाले, "मग काय तुझा अपराध आहे?"

सीताराम म्हणाला, "जी, नाही."

"मग कोणाचा अपराध आहे?"

"म्हणजे महाराज...."

भागवतला विचारले असता त्याने सगळी कहाणी व्यवस्थित सांगितली; फक्त त्याला झोप लागली होती, एवढेच त्याने लपवून ठेवले. म्हाताऱ्या वसंतरायांना खूप विचार करूनही काहीच सुचेना. ते डोळे मिटून मनातल्या मनात 'दुर्गा, दुर्गाऽ' म्हणू लागले. दोन्ही पहारेकऱ्यांना कामावरून तत्क्षणी कमी करण्यात आले. त्यांचा अपराध हाच की, जर जबरदस्तीने त्यांना बांधून टाकता येणे शक्य झाले, तर मग त्यांनी पहारेकऱ्याची नोकरी कशासाठी करावी? या अपराधासाठी त्यांना चाबकाचे फटके मारण्याची आज्ञा झाली.

वसंतरायांच्या तोंडाकडे पाहून प्रतापादित्य वज्रासम कठोर अन् गंभीर स्वरात उद्गारले, "उदयादित्याच्या या अपराधाला क्षमा नाही!" ते अशा प्रकारे म्हणाले की, जणू उदयादित्यांचा हा अपराध वसंतरायांनीच केलेला असावा. जणूकाही

उदयादित्य समोर आहे आणि ते त्याची निर्भर्त्सना करताहेत! वसंतरायांचा अपराध एवढाच की, त्यांचे उदयादित्यावर प्राणापेक्षा जास्त प्रेम होते.

वसंतराय गडबडीने म्हणाले, ''बाबा प्रताप, उदयचा यात काही दोष नाही.''

प्रतापादित्य भडकून म्हणाले, ''दोष नाही? तुम्ही म्हणता आहात दोष नाही, म्हणूनच मी त्याला मुद्दाम शिक्षा करणार आहे. तुम्ही मध्ये पडून न्याय करण्यासाठी कशाला आला आहात?''

वसंतराय इतक्या हिरीरीने उदयादित्याची कड घेत आहेत, हे पाहूनच प्रतापादित्यांच्या मनात उदयादित्याबद्दल विशेष शत्रुत्व निर्माण झाले होते. वसंतरायांनी पाहिले – त्यांना शिक्षा करण्यासाठी म्हणून उदयादित्याला शिक्षा ठोठावली जाणार होती. ते गप्प राहून विचार करू लागले.

काही क्षणांनी शांत होऊन प्रतापादित्य म्हणाले, ''मला जर असे आढळले असते की, उदयादित्याला स्वत:चे काही मत आहे, त्याच्याजवळ मनाचे सामर्थ्य आहे, काही विचार आहे, तो जे करतो ते स्वत:च्या मनाने करतो... जर मला हे कळले नसते की, त्या मूर्खाला कोणीही आपल्या इशाऱ्यावर नाचवू शकते, फुंकर मारून दूर उडवू शकते, तर आज त्याची खैर नव्हती, पण त्याला जे पंख फुटले आहेत, त्यांना बळ देऊन उडायला कोण शिकवतेय, हे मला आज दिसून आले. म्हणूनच उदयादित्याला शिक्षा करावी, असे मला वाटत नाही. तो शिक्षेलाही अपात्र आहे. पण तुम्ही ऐका काकाठाकूर**, पुन्हा यशोहरला येऊन तुम्ही जर उदयादित्याला भेटलात, तर मात्र त्याचे प्राण वाचणे कठीण होऊन बसेल.''

वसंतराय बराच वेळ गप्प बसून राहिले. मग हळूहळू उठून म्हणाले, ''बरे आहे प्रताप, आज संध्याकाळी मी निघतो.'' आणखी काहीही न बोलता वसंतराय महालातून बाहेर निघून गेले. बाहेर पडल्यावर त्यांनी एक दीर्घ उसासा टाकला.

प्रतापादित्यांनी ठरवून टाकले होते – 'उदयादित्यावर जे प्रेम करतील, उदयादित्य ज्यांच्या प्रभावाखाली असेल त्यांना उदयादित्यापासून अलग करायचे.' मंत्र्यांना म्हणाले, ''सूनबाईला आता राजवाड्यात आणखी राहू देता येणार नाही. काहीतरी कारणाने तिला तिच्या बापाच्या घरी पाठवून द्यावे लागेल.'' विभेबद्दल प्रतापादित्यांना काही संशय आला नाही कारण कितीही झाले तरी ती घरातली मुलगी होती.

** ठाकूर – हे आदरसूचक संबोधन मोठ्या माणसांसाठी वापरतात.

१३

वसंतराय त्यानंतर उदयादित्याच्या महाली गेले. ''दादा, यापुढे तुझी भेट नाही होणार!'' असे म्हणून त्यांनी उदयादित्याला जवळ घेतले.

वसंतरायांचा हात धरून उदयादित्य म्हणाले, ''का बरे काकाआजोबा?''

वसंतरायांनी घडलेले सगळे सांगितले. ते रडत-रडत म्हणाले, ''बाबा उदय, माझा तुझ्यावर जीव आहे, म्हणून तुला या गोष्टीबद्दल वाईट वाटतेय, पण तू सुखाने राहणार असशील, तर आयुष्याचे उरलेले दिवस मी कसेबसे ढकलीन.''

उदयादित्यांनी ठामपणे मान हलवली. ते म्हणाले, ''नाही, तसे होऊ शकणार नाही. आपली भेट होईलच. त्यात कोणी अडथळा आणू शकणार नाही. तुम्हाला सोडून काकाआजोबा, मी जगू शकणार नाही!''

वसंतराय व्याकूळ होऊन म्हणाले, ''प्रतापने माझा खून करविला नाही, पण तुला माझ्यापासून हिरावून घेतले! दादा, मी निघून जाईन, तेव्हा माझ्या दिशेने वळून पाहू नकोस. असे समज की, वसंतराय मेला!''

उदयादित्य शयनमहालात सुरमेकडे गेले. वसंतरायही विभेजवळ गेले. तिची हनुवटी धरून म्हणाले, ''विभा, दीदी गं, उठ एकदा. या म्हाताऱ्याच्या डोक्यातून एकदा तुझा हात फिरव.'' विभा उठून बसली आणि काकाआजोबांच्या डोक्यावरील पिकलेले केस उपटू लागली.

उदयादित्यांनी सुरमेला सगळे सांगितले आणि म्हणाले, ''सुरमे, जगात माझे म्हणून जे उरले आहे, ते हिरावून घेण्यासाठी जणू एखादे कारस्थान शिजते आहे!'' मग सुरमेचा हात धरून म्हणाले, ''सुरमे, तुला माझ्यापासून कोणी हिरावून घेतले तर?''

सुरमेने उदयादित्याला दृढ आलिंगन दिले आणि ती ठामपणे म्हणाली, ''ते केवळ यमालाच जमेल. इतर कोणालाही शक्य नाही.''

सुरमेच्या मनातही बऱ्याच दिवसांपासून अशाच शंकाकुशंकांनी घर केले होते.

एक कठोर हात तिच्या उदयादित्याला तिच्यापासून दूर करण्यासाठी पुढे येत असलेला तिला जणू दिसत होता. तिने मनोमन उदयादित्याला घट्ट मिठी मारली आणि ती मनातल्या मनात म्हणाली, 'मी नाही सोडणार! मला कोणी दूर करू शकणार नाही तुमच्यापासून!'

प्रत्यक्षात सुरमा एवढेच म्हणाली, "मी पुष्कळ दिवसांपासून मनोमन निश्चय केला आहे की, तुमच्यापासून मला कोणीही दूर करू शकणार नाही."

हेच वाक्य सुरमा पुन:पुन्हा उच्चारत राहिली. तिला मन:सामर्थ्य वाढवायचे होते; ज्या सामर्थ्याच्या बळावर उदयादित्याला दोन्ही बाहूंची मिठी घालून असे घट्ट धरून ठेवता येईल की, कोणतीही पार्थिव शक्ती त्यांना वेगळे करू शकणार नाही! ही गोष्ट पुन:पुन्हा उच्चारून ती तिच्या मनामध्ये वज्राचे बळ निर्माण करीत होती.

सुरमेच्या मुखाकडे पाहून उसासा सोडत उदयादित्य म्हणाले, "सुरमे, आता काकाआजोबांची भेट पुन्हा होणार नाही."

सुरमेनेही खिन्नतेने उसासा सोडला.

उदयादित्य म्हणाले, "माझ्या दु:खाचा विचार मी करत नाही सुरमे, पण काकाआजोबांच्या हे जिव्हारी लागेल. पाहू, विधाता आणखी काय करतो ते! त्याची आणखी काय इच्छा आहे ते!"

मग उदयादित्यांनी वसंतरायांच्या कितीतरी आठवणी सुरमेला सांगितल्या.

वसंतरायांनी कधी काय म्हटले, कुठे काय केले सारेकाही त्यांना आठवू लागले. वसंतरायांच्या दयाळूपणाचे कितीतरी छोटे-छोटे प्रसंग त्यांच्या स्मृतिभांडारात छोट्या-छोट्या रत्नांप्रमाणे उदयादित्यांनी गोळा करून ठेवलेले होते, ते आज सुरमेजवळ एकेक करून ते उघड करू लागले.

सुरमा म्हणाली, "आहा! काकाआजोबांसारखे आणखी कुणी मिळेल का?"

सुरमा आणि उदयादित्य मग विभेच्या महाली गेले.

विभा त्या वेळी तिच्या काकाआजोबांचे पिकलेले केस उपटीत होती आणि ते बसून गाणे म्हणत होते.

> जायला हवं आता रे, उशीर आता नको रे
> मागे रहाशील किती, गेले पुढे साथी सारे
> ये रे भवाचा खेळ संपवून, अंधार येतो आहे दाटून
> वळून वळून मागे पहात, कुणाला धुंडतोस रे?
> सरली विश्वनाट्यातली भूमिका, नवीन विटी नवे राज्य
> इथून आता चल निघून, नाहीतर मारतील धोंडे टिपून
> प्राणाचा भार हलका करून, दुसऱ्या जगात ये रे निघून
> नव्याने तिथे बांध सदन, नवे राज्य, विटी नवीन!

उदयादित्याला बघून वसंतराय हसून म्हणाले, "बघ रे बाबा, विभा मला सोडतच नाही. माझी इतकी काय जरूर आहे तिला कुणास ठाऊक! माझे रूप – कधी काळी ज्याला दुधाची गोडी होती, म्हातारपणी त्याचे आता विष झालेय! मग दुधाची तहान ती विषावर का भागवते आहे? मी जाणार, हे ऐकून विभा रडतेय. मला तर बाबा, विभेचे रडणे बघवत नाही. इतके प्रेम कधी पाहिले होतेस?" असे म्हणून ते गाऊ लागले–

माझी जायची झाली वेळ
कशाला मला ठेवतेस धरून
अश्रुजलाची घालुनि आण
मायापाशी नको ठेवूस बांधून
आयुष्यातली सुट्टी सरली
नेत्रांची आता आवर सावली
नावानं मारू नकोस गं हाक
जायलाच हवं लगबग करून!

"बघ, बघ, विभेची अवस्था बघ. हे बघ विभा, तू अशीच रडत राहिलीस ना, तर...." बोलता-बोलता वसंतरायांचा कंठ दाटून आला. विभेला रागावताना त्यांना स्वत:लाच सांभाळता येईना. गडबडीने डोळ्यांतले पाणी पुसून ते बळेच हसत म्हणाले, "दादा, तिकडे बघ बाबा, सुरमा रडते आहे. आताच याचा काही इलाज कर. नाहीतर मग मी खरोखरीच इथेच राहून जाईन आणि तुझी जागा बळकावीन! पिकलेले केस तिच्या हातून उपटून घेईन. या बोळक्यातून तिच्या कानांमध्ये कुजबूज करीन आणि कानाच्या इतक्या जवळ गेल्यावर काही विपरीत संघटन झाले, तर मग मी त्याला जबाबदार असणार नाही!"

वसंतरायांनी पाहिले, कोणी काहीच बोलत नाही, तेव्हा व्याकूळ होऊन त्यांनी त्यांची सतार उचलली आणि झणझण करीत जोरजोराने ती छेडायला सुरुवात केली; परंतु विभेच्या डोळ्यांतले पाणी बघून त्यांच्या सतारवादनात खंड पडू लागला. डोळे अधूनमधून ओले होऊ लागले. मधूनमधून विभेला आणि हजर असलेल्या इतर सगळ्यांना तिरस्काराने अद्वातद्वा टाकून बोलावे, अशी इच्छा होऊ लागली... पण तोंडातून शब्दच फुटेना! गळा भरून येऊ लागला. शेवटी सतार वाजविणे बंद करून ती खाली ठेवावी लागली. अखेर निरोपाची वेळ आली.

उदयादित्यांना दीर्घ काळ आलिंगन देऊन ते शेवटचे म्हणाले, "ही सतार ठेवून जातो आहे दादा. यापुढे मी ती वाजवणार नाही. सुरमे, पोरी, सुखाने राहा. विभा...." वाक्य पुरे व्हायच्या आधीच डोळे पुशीत ते पालखीत बसले.

१४

यशोहरच्या एका टोकाला मंगलेची झोपडी होती. तिथे बसून ती जपमाळ ओढीत होती. इतक्यात भाजीपाल्याची टोपली हाती घेऊन राजवाड्यातली दासी मातंगिनी ऊर्फ मातंग तिथे येऊन दाखल झाली.

मातंग म्हणाली, ''आज बाजाराला आले होते, तेव्हा म्हटले पुष्कळ दिवसांपासून मंगलादीदीला भेटले नाही, तर एकदा भेटून येऊ या, पण आज खूप काम पडलेय. फार वेळ थांबता येणार नाही.'' एवढे बोलून टोपली ठेवून निश्चिन्तपणे ती तिथे बसून राहिली. ''आता दीदी, तुला तर सगळे ठाऊक आहेच. त्या मेल्याचा माझ्यावर किती जीव होता! अजूनही माया करतो, पण आणखी कुणावरतरी त्याचे मन जडल्याची मला कुणकुण लागलीये. तर त्या मसणीला तीन रात्रींत मरण येईल, असे काही करू शकणार नाहीस का?''

मंगलेजवळ गुरेढोरे हरवण्यापासून नवऱ्याच्या ताटातुटीपर्यंत सगळ्या प्रकारच्या संकटांवर औषध होते. खेरीज वशीकरणाचे सारे उपाय तिला ठाऊक होते. त्यामुळे राजवाड्यातील भले-भले चाकर मंगलेच्या झोपडीत लोटांगण घालीत येत. ज्या मसणीला तीन रात्रींच्या आत मरण आले, तर मातंगिनीचे भले होणार होते, ती मसणी आणखी कोणी नव्हे, तर स्वत: मंगलाच होती!

मंगला मनातल्या मनात म्हणाली, 'त्या मसणीला इतक्या झटपट मरायची घाई नाही. यमाला फुरसत होईल तेव्हाच ती मरेल!' पण उघड हसून म्हणाली, ''तुझ्यासारख्या रूपवतीला टाकून आणखी कोणावर जीव जडविणारा अरसिक आहे की काय? पण पोरी, काळजीचे काही कारण नाही. त्याचे प्रेम तुला परत मिळेल. तुझ्या डोळ्यांमध्येच त्याचे औषध आहे. नयनबाणांचा जरा जास्त प्रमाणात प्रयोग करून बघ आणि त्यानेही जमले नाही, तर ही मुळी त्याला विड्यातून खाऊ घाल.'' असे म्हणून एक सुकलेली मुळी तिने मातंगिनीला आणून दिली.

मग मंगलेने मातंगिनीला विचारले, ''म्हटले, राजवाड्याची काय हालहवाल?''

मातंगिनी हात नाचवीत म्हणाली, "त्या सगळ्या गोष्टींशी आपल्याला काय करायचेय बाई?"

मंगला म्हणाली, "बरोबर, बरोबर."

या विषयावर मंगलेचे इतके एकमत होईल, असे मातंगिनीला वाटलेच नव्हते. किंचित बुचकळ्यात पडून ती म्हणाली, "नाही, तसे तुला सांगायला काही हरकत नाही... पण आज माझ्यापाशी फार वेळ नाही. पुन्हा कधीतरी सगळे सांगेन." असे म्हणून ती गप्प बसून राहिली.

मंगला म्हणाली, "ठीक तर, पुन्हा कधीतरी ऐकू या."

मातंगिनी अस्वस्थ होऊ लागली. म्हणाली, "मग मी चलते बाई. उशीर झाला म्हणून पुन्हा किती बोलणी खावी लागतील, कुणास ठाऊक! त्या दिवशी आमच्याकडे राजाचे जावई आले होते आणि ते ज्या दिवशी आले, त्याच रात्री कुणाला न सांगता-सवरता निघून गेले!"

मंगला म्हणाली, "खरे की काय? बाई गं! का बरे झाले असे? तरी मी म्हणतेच, मातंग नसती, तर मला आतली बातमी कुणीच देऊ शकले नसते."

मातंग हर्षभरित होऊन म्हणाली, "खरी गोष्ट काय आहे माहीतेय? आमच्या वहिनीबाई आहेत ना, त्यांना कुणाचे बरे झालेले जराही सहन होत नाही. काय मंत्र घातलाय, कुणाला ठाऊक! नवऱ्याला अगदी मेंढरू करून टाकलेय! त्या... नको बाई, नकोच! कुणी कुठून ऐकायचे आणि म्हणायचे, राजवाड्यातली गुपिते मातंग बाहेर सांगत फिरते."

मंगलेला आता मात्र कुतूहल आवरेना. तिला ठाऊक होते – आणखी थोडा वेळ गप्प बसून राहिले की, मातंग आपण होऊनच सगळेकाही सांगेल. तरी तिला तेवढाही धीर धरवेना. ती म्हणाली, "इथे दुसरे कोणी नाहीये मुली. आणि या आपसातल्या गप्पागोष्टी! त्यात कसले आलेय पाप? हं, तर तुमच्या वहिनीबाईंनी काय केले?"

"त्यांनी आमच्या ताईसाहेबांच्या विरुद्ध जावयांचे कान भरले, म्हणून तर जावई रातोरात ताईसाहेबांना टाकून निघून गेले! ताईसाहेब तर रडून-रडून घर डोक्यावर घेतायत. महाराज भडकले आहेत. ते वहिनीबाईंना श्रीपूरला त्यांच्या बापाच्या घरी पाठवायला निघालेत. आता काय झाले बाई? तुम्हाला तर सगळ्याचेच हसू येते! आता यात हसण्यासारखे काय आहे? तुम्हाला हसू अगदी आवरत नाहीये ते!"

रामचंद्ररायांच्या पलायनाच्या मागचे खरे कारण राजवाड्यातील प्रत्येक दासदासीला नीट माहीत होते, पण बोलण्यात मात्र कुणाचा कुणाला मेळ नव्हता.

मंगला म्हणाली, "तुमच्या आईसाहेबांना सांग की, वहिनीबाईंना इतक्या घाईने

बापाच्या घरी पाठवायचे कारण नाही. युवराजांच्या मनातून वहिनीबाई साफ उतरतील, असे औषध देईल मंगला.'' असे म्हणून ती खुदुखुदु हसू लागली. मातंग म्हणाली, ''हे झकास होईल.''

मंगलेने विचारले, ''तुमच्या वहिनीसाहेबांवर युवराजांचे फार प्रेम आहे का?''

''ते काय सांगावे? त्यांना पाहिल्याशिवाय युवराजांना क्षणभर चैन पडत नाही अन् त्या युवराजांना नुसत्या इशाऱ्यावर नाचवत असतात!''

''बरे, मी करीन इलाज. दिवसादेखील युवराज त्यांच्याजवळच असतात का?''

''होय.''

मंगला म्हणाली, ''अगं बाई गं! मग ती युवराजांशी काय बोलते, काय करते कधी पाहिले आहेस?''

''नाही बाई, ते नाही पाहिले!''

''मला एकदा राजवाड्यात घेऊन जाशील? मी एकदा बघून येईन.''

मातंग म्हणाली, ''का हो बाई, तुम्हाला एवढी उठाठेव कशासाठी?''

मंगला म्हणाली, ''नाही, तसे नाही, एकदा बघितले की समजेल, कोणत्या मंत्राने तिने वश केलेय, माझा मंत्र लागू पडेल की नाही.''

मातंग म्हणाली, ''बरे, बघू या. आता मी चलते.'' असे म्हणून ती टोपली घेऊन निघून गेली.

मातंग निघून गेल्यावर मंगलेचा संताप अनावर झाला. दातओठ खाऊन, डोळे विस्फारून ती स्वत:शीच अद्वातद्वा बडबड करू लागली.

१५

वसंत राय निघून गेले. संध्याकाळ होत होती. विभा प्रासादाच्या गच्चीवर
गेली. गच्चीवरून तिने पाहिले, पालखी दिसेनाशी झाली. वसंतरायांनी पालखीतून
डोके बाहेर काढून मागे वळून बघितले. संधिप्रकाशात डोळ्यांतल्या पाण्यामधून
अपरिवर्तनीय, अविचलित, पाषाणहृदयी राजवाड्याच्या लांबच लांब कठोर भिंती
त्यांना अंधूकशा दिसल्या. पालखी निघून गेली, पण विभा तिथेच उभी होती. ती
रस्त्याकडे पाहत राहिली होती. तारे उगवले, दीप उजळले, रस्ते निर्मनुष्य झाले.
विभा गुपचूप उभी राहून पाहत होती.

तिला सगळीकडे शोधून झाल्यावर शेवटी सुरमा गच्चीवर येऊन पोचली.
विभेच्या गळ्यात हात घालून तिने मायेने विचारले, ''काय बघतेस विभा?'' विभा
निःश्वास सोडून म्हणाली, ''कुणास ठाऊक काय ते!'' विभेला सगळे शून्यवत्
भासत होते. तिचे चित्त थाऱ्यावर नव्हते. ती उगाचच महालात जाई, महालातून
बाहेर येई, कधी आडवी होई, कधी उठून बसे, तर कधी भर माध्यान्हीची या
महालातून त्या महाली फिरत राही. कशासाठी, ते तिलाच कळत नसे! राजवाड्यातून
तिचे घर जणू नाहीसे झाले होते. राजवाड्यात जणू तिला स्थान राहिले नव्हते.
अगदी बालवयापासून खेळण्या-बागडण्याने, असंख्य सुख-दुःखांनी, रडण्या-हसण्यातून
तिचे अगदी स्वतःचे असे जे आवडते स्थान निर्माण झालेले होते, ते जणू कुणीतरी
आज नष्ट करून टाकले होते! हा महाल आता तिचा महाल राहिला नव्हता. आता
घरात राहूनही ती गृहहीन होती. तिचे काकाआजोबा होते, ते गेले; तिच्या चंद्रद्वीपातून
तिला न्यायला कधी कुणी येणार होते का? 'कदाचित राममोहन माल रवाना झाला
असेल. एव्हाना ती मंडळी कुठवर पोचली असतील, कोण जाणे!' विभेच्या
सुखापैकी थोडेसे अजून बाकी होते. तिचा इतका चांगला दादा होता, तिच्या
जिवाभावाची सुरमा होती; परंतु त्यांच्यामागेसुद्धा कुठलेसे संकट सावलीप्रमाणे
फिरत होते. ज्या घराचा उंबरठा ओलांडून एखादे घनघोर, गुप्त रहस्य अदृश्य

रूपात वावरत होते, त्या घराला घर कसे म्हणता आले असते?

उदयादित्यांना समजले की, नोकरी गेल्याने सीतारामची अवस्था वाईट झाली होती. एक तर त्याच्या गाठीला पैसा नव्हता आणि दुसरे म्हणजे, पुष्कळ अनिष्ट ग्रह त्याच्याभोवती गोळा झाले होते. याला कारण म्हणजे राजवाड्यातून त्याला जेव्हा लठ्ठ पगार मिळत होता, तेव्हा त्याच्या आत्याच्या यजमानांना त्याच्याबद्दल मायेचा उमाळा एकाएकी दाटून आला आणि स्वत:चा सर्व कामधंदा सोडून देऊन आपल्या लाडक्या भाच्याच्या विरहाने ते व्याकूळ होऊन तळमळू लागले. गाठीभेटीचा योग जुळवून आणून, आनंदाने गहिवरून येऊन त्यांनी जाहीर केले की, सीतारामला पाहूनच त्यांची तहानभूक जिरली. ही तहानभूक हरपण्याचे इतर पुष्कळ पुरावे होते; पण केवळ सीतारामाला पाहिल्यानेच ते होत असे किंवा नाही, याबद्दल काही पुरावा नाही. सीतारामच्या दूरच्या नात्यातली एक विधवा बहीण तिच्या एका मुलासाठी चाकरी शोधण्याच्या खटपटीत होती. तिला अचानक साक्षात्कार झाला की, मुलाला हलक्या नोकरीत चिकटवले, तर मुलाच्या मामाचा अपमान केल्यासारखे होईल. या समजुतीतून मुलाच्या मामाचा मान सांभाळण्यासाठी ती काही झाले तरी तसे करू शकली नव्हती. अशा तऱ्हेने सीतारामाची प्रतिष्ठा सांभाळून तिने त्याला ऋणी करून ठेवले आणि त्याच्या बदल्यात आपल्या उदरनिर्वाहाचा बंदोबस्त करून घेतला. त्याशिवाय सीतारामाची विधवा आई आणि एक अविवाहित छोटी मुलगी होती. दुसरीकडे सीताराम गडी मुलखाचा गुलहौशी. रंगढंग केल्यावाचून त्याचे चालत नसे. आता सीतारामाच्या परिस्थितीत बदल झाला होता, पण त्याला अनुसरून राहणीमानात काही फरक पडला नव्हता. त्याच्या आत्याच्या यजमानांची तहान अजून शाबूत होती. त्यांच्या भाच्याचे जसे वय वाढत होते, तसतसा त्याच्या पोटाचा घेर आणि मामाच्या प्रतिष्ठेबद्दलची जाणीव अधिकाधिक वाढत होती. सीतारामाच्या पैशांची थैली सोडली, तर आणखी कोणाचाही घेर कमी होण्याची काही लक्षणे दिसत नव्हती. या सगळ्या अनिष्ट ग्रहांबरोबरच सीतारामाचे शौकही टिकून होतेच. ते कर्जावर पोसले जात होते आणि व्याज जसे फुगत होते त्याप्रमाणे तेही फुगत होते.

उदयादित्यांना सीतारामच्या दरिद्री अवस्थेबद्दल कळल्यावर त्यांनी त्याला आणि भागवतला मासिक वृत्ती* नेमून दिली. पैसे मिळाल्यावर सीताराम अतिशय शरमिंदा झाला. महाराजांकडे उदयादित्यांचे नाव घेतल्यापासून त्याला मनातून व उदयादित्यांसमोर अतिशय अपराधी वाटत असे. उदयादित्यांकडून पैसे मिळाल्यावर त्याला रडू कोसळले. एकदा युवराजांची भेट झाल्यावर त्यांचे पाय घट्ट धरून त्यांना

---

* नोकरीत नसताना देण्यात येणारा पगार, निवृत्तिवेतन.

भगवान, जगदीश्वर, दयामय आदी संबोधून त्याने त्यांची पुन्हा पुन्हा क्षमा मागितली.

भागवत हा माणूस अगदीच निर्विकार स्वभावाचा. तो बुद्धिबळ खेळे, तंबाखू खाई आणि शेजाऱ्यापाजाऱ्यांना चक्क स्वर्गनरकातली जमीन खंडाने देत असे! त्याला जेव्हा उदयादित्यांकडून पैसे मिळाले, तेव्हा तोंड वाकडे करून, असंख्य हावभावांतून त्याने प्रकट केले की, युवराजांनी त्याचा जो सर्वनाश केला होता, त्याची भरपाई या पैशाने थोडीच होत होती! मात्र पैसे घ्यायलाही त्याने अजिबात खळखळ केली नाही.

नोकरीवरून काढलेल्या या दोघा पहारेकऱ्यांना युवराज मासिक रक्कम देत आहेत, ही गोष्ट प्रतापादित्यांच्या कानावर गेली. पूर्वीचा काळ असता, तर ती गेली नसती. पूर्वी ते उदयादित्यांकडे इतके दुर्लक्ष करीत की, उदयादित्यांसंबंधांतील सगळ्या गोष्टी त्यांच्या कानी येत नसत. महाराजांना ठाऊक होते की, उदयादित्य प्रजाजनांमध्ये मिसळतात आणि पुष्कळदा प्रजाजनांची बाजू घेऊन महाराजांच्या विरुद्ध वागतात; परंतु या सर्वसाधारणपणे इतक्या सामान्य गोष्टी असत आणि हळूहळू ते आता त्यांच्या इतके अंगवळणी पडून गेले होते की, तसेच काही विशेष असल्याखेरीज उदयादित्यांच्या अस्तित्वाकडे ते विशेष लक्ष देत नसत. या खेपेला ते उदयादित्यांवर विशेष लक्ष ठेवून होते. त्यामुळे उपरोक्त घटना त्यांच्या लगोलग कानावर गेली. ती ऐकून प्रतापादित्य अतिशय संतापले. त्यांनी उदयादित्याला बोलावून आणले आणि म्हणाले, ''मी सीतारामला आणि भागवतला कामावरून काढून टाकले, ते काय त्यांना पगार देण्यासाठी राजकोषात पुरेसे पैसे नव्हते, म्हणून? म्हणून तुम्ही स्वत:च्या खासगीतून त्यांच्यासाठी मासिक रक्कम नेमून दिलीत?''

उदयादित्य शांतपणे म्हणाले, ''मी अपराधी आहे. त्यांना माझ्या अपराधाबद्दल शिक्षा करून आपण मला शिक्षा केली होतीत. आपल्या याच न्यायाला अनुसरून मी दरमहा त्यांना त्याबद्दल भरपाई देत असतो.''

याआधी प्रतापादित्यांनी उदयादित्याचे बोलणे लक्षपूर्वक कधीच ऐकले नव्हते. उदयादित्याचा धीर-गंभीर नम्र स्वर आणि सुसंगत बोलणे प्रतापादित्यांना मुळीच अयोग्य वाटले नाही. उदयादित्यांच्या बोलण्यावर काही प्रतिक्रिया न देता प्रतापादित्य म्हणाले, ''मी आज्ञा करतो आहे उदय, यापुढे त्यांना पैशाची मदत अजिबात करण्यात येऊ नये.''

उदयादित्य म्हणाले, ''ही तर आपण मला आणखीनच मोठी शिक्षा ठोठावलीत!''

मग हात जोडून ते म्हणाले, ''पण मी असा काय अपराध केला आहे, ज्याची इतकी मोठी शिक्षा मला सहन करावी लागावी? आठ-नऊ भुकेल्या तोंडांमध्ये माझ्यामुळे घास पडत नाही; आठ-नऊ हतभागी माणसे निराधार होऊन रस्तोरस्ती रडत हिंडत

आहेत, हे मी कसे साहू शकेन? आणि दुसरीकडे माझ्या पानात अन्नाला तोटा नाही. पिताजी, माझ्यापाशी जे काही आहे, ते सारे आपल्याच कृपेने आहे. आपण माझ्या पानात जरुरीपेक्षा अधिक अन्न वाढता आहात; पण मी जेवायला बसलो असताना माझ्यासमोर आपण आठ-नऊ भुकेल्या व्याकूळ माणसांना बसवून ठेवलेत आणि त्यांच्या मुखी अन्न घालायला मला मनाई केलीत, तर ते अन्न मला विषासमान आहे.''

उत्तेजित झालेल्या उदयादित्याच्या बोलण्यात प्रतापादित्यांनी अडथळा आणला नाही; पण त्याचे बोलणे संपल्यावर ते निर्विकारपणे म्हणाले, ''तुझे म्हणणे मी ऐकले. आता मला काय म्हणायचेय, ते सांगतो. भागवत आणि सीतारामचा पगार मी बंद केला आहे आणि इतर कोणी जर त्यांना रक्कम नेमून दिली, तर ते माझ्या इच्छेच्या विरुद्ध आचरण म्हणून समजले जाईल.'' प्रतापादित्यांना मनातून अतिशय संताप आला होता. कदाचित त्यांना स्वत:लाच त्याचे कारण उमजत नव्हते; पण 'मी जणूकाही फार निष्ठुरपणा केला आहे आणि म्हणून दयावंत उदयादित्य त्याची भरपाई करतो आहे! बघू या, दया कशी करतो ते! जिथे मी निष्ठुरपणा करतो आहे, तिथे आणखी दुसऱ्या कोणी दयाळू व्हावे, एवढा मोठा उद्धटपणा कोण सहन करील!' अशीच भावना प्रतापादित्यांच्या मनात होती.

उदयादित्यांनी सुरमेकडे जाऊन तिला सारे सांगितले. सुरमा म्हणाली, ''त्या दिवशी दिवसभर काहीच खायला मिळाले नाही, तशी संध्याकाळच्या वेळी सीतारामची आई सीतारामाच्या छोट्या मुलीला घेऊन माझ्याकडे येऊन रडू लागली. मी जेव्हा त्यांना काही दिले, तेव्हा कुठे त्या साऱ्या कुटुंबाच्या मुखात दोन घास पडले. सीतारामाची कोवळी पोर! दिवसभर पोटात अन्न नाही. तिच्या तोंडाकडे बघवत नव्हते अगदी! या लोकांना काही दिले नाही, तर ते जातील तरी कुणीकडे?''

उदयादित्य म्हणाले, ''मुख्य म्हणजे राजवाड्यातून त्यांना हाकलून देण्यात आलेय, म्हणून पिताजींच्या भीतीने आणखी कोणी त्यांना कामावर ठेवायला किंवा मदत करायलाही धजावणार नाही. अशा वेळी आपणही जर तोंड फिरवले, तर या जगात त्यांना कोणी वालीच उरणार नाही. मी त्यांना मदत करीनच. त्याबद्दल तू काळजी करू नकोस सुरमे; पण उगीचच पिताजींना दुखवणे उचित होणार नाही. हे काम गुपचूप उरकले जाईल, असा काहीतरी उपाय शोधावा लागेल.''

उदयादित्यांचा हात धरून सुरमा म्हणाली, ''यापुढे तुम्हाला काही करावे लागणार नाही. मी सगळेकाही करीन. माझ्यावर सोपवा ती जबाबदारी.'' सुरमा स्वत:ची ढाल करून उदयादित्याला झाकू पाहत होती.

हे वर्ष म्हणजे उदयादित्यांचे घातवर्ष होते. दैव त्यांना ज्या गोष्टी करायला प्रवृत्त करीत होते, त्या सगळ्या त्यांच्या पिताजींच्या विरोधात असलेल्या होत्या;

आणि तरीही त्या गोष्टी अशा होत्या की, सुरमेसारखी स्त्री जिवात जीव असेतो पतीला त्यापासून परावृत्त करू शकली नसती. सुरमा काही सामान्य स्त्री नव्हती. तिचा पती धर्मयुद्धासाठी निघाला की, सुरमा स्वत:च्या हाताने त्याची तलवार बांधून देई. नंतर मग भलेही आपल्या महालात जाऊन रडे. सुरमेचा प्राण पदोपदी भीतीने व्याकूळ होई, पण तरीही उदयादित्याला ती पावलोपावली भरवसा देई. घोर संकटाच्या वेळी सुरमेच्या मुखाकडे उदयादित्य पाहत असत आणि सुरमेच्या डोळ्यांत जरी त्यांना पाणी दिसले, तरी सुरमेचे हात थरथरताना दिसत नसत आणि तिची पावलेही त्यांना दृढपणे पडताना दिसत.

सुरमेने तिच्या एका विश्वासू दासीच्या हाती सीतारामाच्या आईकडे व भागवतच्या पत्नीकडे रक्कम पाठविण्याचा बंदोबस्त केला. दासी विश्वासू खरी, पण ही गोष्ट मंगलेपासून गुप्त ठेवण्याची गरज आहे, असे तिला वाटले नाही. ही गोष्ट मंगलेखेरीज बाहेरच्या आणखी कोणाला माहीत नव्हती.

१६

उदयादित्याने गुपचूप पैसे पाठविल्याची गोष्ट जेव्हा प्रतापादित्यांच्या कानावर गेली, तेव्हा त्यांनी काहीही न बोलता अंत:पुरात हुकूम पाठविला की, सुरमेला पितृगृही पाठविण्यात यावे. उदयादित्यांनी मन घट्ट केले. विभा रडत सुरमेच्या गळ्याला मिठी मारून म्हणाली, ''तू गेलीस, तर या स्मशाननगरीत मी काय करू?'' तेव्हा विभेची हनुवटी धरून, विभेच्या गालाचे चुंबन घेऊन सुरमा म्हणाली, ''मी कशी बरे जाईन विभा? माझे सर्वस्व इथे आहे.'' सुरमेने जेव्हा प्रतापादित्यांचा हुकूम ऐकला, तेव्हा ती म्हणाली, ''मला पित्याच्या घरी जाण्याचे काहीही कारण दिसत नाही. तिथून मला घ्यायला कोणी माणूस आलेला नाही आणि माझ्या पतीचीही याला संमती नाही. म्हणून वडिलांकडे असे एकाएकी विनाकारण जाण्याची मला काही जरुरी दिसत नाही.'' ते ऐकून प्रतापादित्यांचा जळफळाट झाला; पण त्यांनी विचार केल्यावर त्यांना जाणवले की, त्यावर काहीच उपाय नाही. सुरमेला काही जबरदस्तीने घराबाहेर काढता येत नाही. अंत:पुरात शारीरिक बळाचा उपयोग करता येत नाही.

प्रतापादित्य बायकांच्या बाबतीत अगदीच अनभिज्ञ होते, पण अबलांच्या बाबतीत कोणत्या प्रकारे डावपेच खेळावेत, हे त्यांना अजिबात उमगत नसे. मोठेमोठे दोरखंड ताणून ते छिन्नविच्छिन्न करू शकत, पण नाजूक धाग्यांनी मारलेल्या हळुवार बारीक गाठी आपल्या बटबटीत बोटांनी सोडवणे त्यांना जमत नसे. त्यांच्या मते, या बायका म्हणजे अतिशय अवघड आणि समजायला अगदीच कठीण गोष्ट! बायकांसंबंधी काही गोंधळ झाला की, ते तातडीने तो महाराणींकडे सोपवत. बायकांसंबंधी विचार करत बसायला त्यांना वेळही नसे, इच्छाही नसे आणि त्यांची तशी पात्रताही नव्हती. हे काम त्यांच्या लायकीचे नव्हतेच मुळी.

या खेपेलाही महाराणींना बोलावून प्रतापादित्य म्हणाले, ''सुरमेला तिच्या बापाच्या घरी पाठवून द्या.'' महाराणी म्हणाल्या, ''पण मग उदयचे कसे होईल?''

प्रतापादित्य रागावून म्हणाले, ''उदय काही आता कुकुले बाळ नाही. राजकार्याच्या उद्देशाने सुरमेला मी राजवाड्यातून दूर पाठवू इच्छितो आहे. हा माझा हुकूम समजा.''

महाराणींनी उदयादित्यांना बोलावून घेतले आणि त्या म्हणाल्या, ''बाबा उदय, सुरमेला तिच्या बापाच्या घरी पाठवावे लागेल.''

उदयादित्य म्हणाले, ''का आई? सुरमेने काय अपराध केला आहे?''

महाराणी म्हणाल्या, ''कोण जाणे बाळा! मी पडले बाईमाणूस, मला काही समजत नाही. सूनबाईला बापाच्या घरी पाठवल्याने महाराजांच्या राजकार्यात काय मदत होणार आहे, ते एक महाराजांनाच ठाऊक!''

उदयादित्य म्हणाले, ''माँ, मला कष्ट देऊन, मला दु:खी करून राजकार्याची काय प्रगती झाली? सहन करता येण्याजोगे सगळे कष्ट मी भोगलेच आहेत. माझे कोणते सुख बाकी उरलेय? सुरमाही अगदी सुखात आहे, असे नाही. ती सकाळ-संध्याकाळ बोलणी खाते, सगळ्यांची हाडहूड दागिन्यांप्रमाणे धारण करते. आता शेवटी राजवाड्यात तिच्यासाठी थोडीदेखील जागा उरली नाही का? तिचे तुमच्याशी काहीच का नाते नाही माँ? ती काय भिकारीण किंवा पाहुणी आहे का की, मनात आले की ठेवून घ्याल अन् मनात आले की हाकलून द्याल? तर मग माँ, या राजवाड्यात मलासुद्धा स्थान उरले नाही. मलाही निरोप द्या!''

महाराणी रडू लागल्या. म्हणाल्या, ''कोण जाणे बाबा! महाराज कधी काय करतील, मला तर काही समजत नाही; पण मी तुला हेही सांगते बाळा, सूनबाईदेखील काही फार चांगली मुलगी नाही. या राजवाड्यात तिने प्रवेश केल्यापासून इथे शांतता राहिली नाही. सगळीकडून नुसता वणवा पेटल्यासारखे झालेय. मग थोडे दिवस माहेरी गेली, तर कुठे बिघडले? जाऊ दे ना! काय म्हणतोस बाळ? थोडे दिवस ती इथून गेली की, बघ घराचे भाग्य पालटते की नाही!''

उदयादित्यांनी या वक्तव्यावर काही प्रतिक्रिया दिली नाही. काही क्षण ते गप्प बसून राहिले, नंतर उठून निघून गेले.

महाराणी रडत-रडत महाराजांकडे गेल्या. म्हणाल्या, ''महाराज, तुम्हीच आता रक्षण करा. सुरमेला बापाकडे पाठवले, तर उदय जिवंत राहणार नाही. माझ्या बाळाचा यात काही दोष नाही. त्या सुरमेने, डाकिणीने त्याच्यावर कसलीतरी भूल घातली आहे.'' बोलता-बोलता महाराणी मुसमुसतच होत्या.

प्रतापादित्य अतिशय रागावून म्हणाले, ''सुरमा इथून गेली नाही, तर मी उदयादित्याला बंदीवान करून ठेवीन.''

महाराजांकडून आल्यावर सुरमेजवळ जाऊन महाराणी म्हणाल्या, ''चांडाळणी, माझ्या बाळाला काय केले आहेस तू? माझा बाळ मला परत दे. या घरात

आल्यापासून त्याचा कोणता सर्वनाश करायचे तू बाकी ठेवले आहेस? आणि अखेरीस तो राजाचा मुलगा असून त्याच्या हाती बेड्या पडल्याशिवाय तुझा जीव शांत होणार नाही का?''

सुरमेचा नखशिखान्त थरकाप झाला. ती म्हणाली, ''माझ्यामुळे त्यांच्या हातात बेड्या पडणार? हे काय भलतेच! माँ, मी आत्ताच्या आत्ता निघून जाते.''

विभेजवळ जाऊन सुरमेने तिला सारेकाही सांगितले. ती विभेच्या गळ्यात पडून म्हणाली, ''विभा, आता जी जातेय ना मी, मला वाटतेय पुन्हा मला इथे येऊ देणार नाहीत.'' विभेने रडतच सुरमेला घट्ट मिठी मारली. सुरमा तिथेच मटकन बसली. अवकाशाच्या अनंत दिशांमधून एकच गोष्ट येऊन तिच्या हृदयावर आघात करू लागली. 'आता निभाव लागणार नाही. आता इथे येता येणार नाही. निभाव लागणार नाही. काहीच उरणार नाही!' भविष्यकाळ एका महाशून्याच्या रूपात तिला भेडसावू लागला. त्या भविष्यात पूर्वीचे सुख नव्हते; ते हसणे नव्हते; ते कौतुक नव्हते. नेत्रांचे, शरीरांचे आणि मनांचे मीलन नव्हते. सुख-दुःख वाटून घेणे नव्हते. छाती फाटून गेली तरीही क्षणभरासाठीसुद्धा कणभरदेखील प्रेम नव्हते; माया नव्हती. काही काही नव्हते! इतका भयानक भविष्यकाळ! सुरमेची छाती फाटून गेली. मस्तक गरगरू लागले. डोळ्यांतले पाणी आटून गेले. उदयादित्य येताक्षणी सुरमेने त्यांच्या पायांना मिठी घालून छातीशी कवटाळून धरले आणि ती छाती फुटल्यासारखी रडू लागली. सुरमा यापूर्वी कधीही अशी रडली नव्हती. तिच्या खंबीर हृदयाची आज शकले झाली होती.

उदयादित्यांनी सुरमेचे मस्तक उचलून कुशीत घेतले आणि तिला विचारले, ''काय झाले आहे सुरमा?'' उदयादित्यांच्या मुखाकडे पाहत राहिलेल्या सुरमेच्या तोंडून शब्दच फुटेना! ती त्यांच्या तोंडाकडे पाहत होती आणि रडत होती. शेवटी ती म्हणाली, ''हे मुख यापुढे मला दिसणार नाही? संध्याकाळ होईल, तुम्ही खिडकीत येऊन बसाल आणि जवळ मी नसेन? महाली दीप उजळतील, तुम्ही त्या दाराच्या जवळ येऊन थांबाल आणि मी हसत-हसत तुमचा हात धरून आत आणणार नाही? तुम्ही इथे असाल, तेव्हा मी कुठे असेन?'' सुरमेच्या त्या मी 'कुठे असेन'मध्ये किती निराशा होती! त्यातून केवढा चिरकाल ताटातुटीचा भाव प्रतीत होत होता! केवळ नेत्रांचे मीलन होई, तेव्हा त्यातही विरह आणि अंतर असे. जेव्हा तेही होऊ शकणार नाही,तेव्हा मग कितीतरी ताटातूट! प्राणान्तिक इच्छा होऊनही एका क्षणासाठीदेखील भेट होणार नाही, तेव्हा त्या पायांना घट्ट मिठी घालून, असेच छातीशी कवटाळून त्या क्षणीच मृत्यू स्वीकारण्यात सुख होते! सुरमेला असे मनोमन वाटत होते.

१७

कहाणीच्या आरंभाच्या भागात रुक्मिणीचा उल्लेख केलेला आहे, तो वाचक विसरले नसतील, असे समजतो. ही मंगला म्हणजे तीच रुक्मिणी. रायगड सोडून देऊन, नाव बदलून यशोहरच्या एका टोकाला ती राहत होती. रुक्मिणीमध्ये असाधारण अशी गोष्ट नव्हती. सर्वसाधारण नीच स्वभावाच्या स्त्रियांप्रमाणे ती इंद्रियलोलुप, मत्सरी, मनोराज्यात दंग होणारी होती. हसणे-रडणे हा तिच्या हातचा खेळ होता; गरज पडेल तेव्हा बाहेर काढावा, गरज पडेल तेव्हा उचलून ठेवावा. तिला राग आला की, ती फुलून येई अन् ज्याच्यावर राग आहे, त्याला दातांनी, नखांनी फाडून काढील असे वाटे. अशा वेळी ती जास्त बोलत नसे. मात्र तिच्या डोळ्यांतून आगीचा वर्षाव होई, ती थरथर कापे, वितळलेल्या लोखंडाप्रमाणे तिच्या हृदयाच्या कढईत राग उकळत राही. तिच्या मनातला मत्सर सापाप्रमाणे फूत्कार करत आणि फुगत-फुगत शेपटी आपटीत राही. एकीकडे ती निरनिराळे उपासतापास करी, वेगवेगळी तांत्रिक अनुष्ठाने करी. ज्या स्तरांतल्या लोकांबरोबर ती मिसळत असे, त्यांच्या मनाचा तिला पुरता थांग लागत असे. युवराज जेव्हा सिंहासनावर बसतील, तेव्हा युवराजांच्या हृदयसिंहासनावर बसून त्यांचे हृदयराज्य आणि यशोहरचे राज्य यांच्यावर एकत्र सत्ता गाजवू, अशी आशा आणि स्वप्ने ती झोपेत पाहत असे आणि जागेपणीही तिच्या हृदयात हीच आशा आणि स्वप्न उमलत असे. या गोष्टीसाठी ती काहीही करायला तयार होती. पुष्कळ दिवसांपासून अथक प्रयत्न करून राजवाड्यातील साऱ्या दास-दासींशी तिने मैत्रीचे संबंध जोडले होते. त्यामुळे राजवाड्यातील एकन् एक क्षुद्र बातमीही तिला ठाऊक असे. सुरमेचा चेहरा कधी उतरून गेला, तेही तिच्या कानावर येई. प्रतापादित्याला थोडेसे दुखले-खुपले तर तेही तिला समजे. ती विचार करी, 'या वेळी बहुतेक टळली वाटते म्हाताऱ्याची पीडा!' प्रतापादित्य आणि सुरमेच्या मरणाच्या हेतूने तिने पुष्कळ अनुष्ठाने केली होती, पण अजून त्यातले कुठलेही सफल झाले नव्हते. रोज पहाटे उठून ती इच्छा

करी – आज बहुतेक प्रतापादित्य किंवा सुरमा बिछान्यातच मरून पडली आहेत, असे ऐकायला मिळणार! तिची अधीरता दिवसेंदिवस वाढत होती. तिला वाटे, 'मंत्रतंत्र गेले चुलीत! एकदा हातात आले, तर मनातली इच्छा पुरीच करून टाकावी.' विचार करता-करता ती असा काही ओठ चावीत असे की, ओठ फाटून त्यातून रक्त वाहू लागे.

सुरमेबद्दल राजाचा आणि महाराणीचा राग वाढतो आहे, हे रुक्मिणीच्या ध्यानी आले. गोष्टी इतक्या टोकाला गेल्या की, सुरमेला राजवाड्यातून हाकलून देण्याचा प्रस्ताव आला. हे कळले, तेव्हा रुक्मिणीच्या आनंदाला पारावार उरला नाही. तरीही सुरमा गेली नाही, हे जेव्हा रुक्मिणीला कळले, तेव्हा तिला हाकलून लावण्याचा एक सोपा उपाय तिने योजण्याचे ठरवले.

महाराणींना तेव्हा समजले की, मंगला नावाची एक विधवा मंत्रतंत्र, काढे, जडीबुटी अशा तऱ्हेतऱ्हेच्या गोष्टी जाणते, तेव्हा त्यांनी विचार केला, 'सुरमेला राजवाड्यातून घालवून देण्यापूर्वी युवराजांचे मन तिच्यावरून उडेल, असे करणे बरे! त्यांनी मंगलेकडून औषध आणण्यासाठी मातंगिनीला गुप्तपणे पाठवले.'

मंगला तऱ्हेतऱ्हेच्या मुळ्या रात्रभर चिरून, भिजवून, वाटून, ढवळून मंत्र घालत विष तयार करू लागली.

भर रात्रीच्या गहन शांततेत नगराच्या निर्जन भागी लपलेल्या मंगलेच्या झोपडीत खलबत्त्याचा आवाज होऊ लागला. तो ध्वनीच तिचा एकमेव सोबती होऊन राहिला. अखंड, एकसुरी असा तो ध्वनी तिच्या नाचऱ्या उत्साहाच्या तालावर टाळ्या वाजवू लागला. तिचा उत्साह दुपटीने नाचू लागला आणि तिच्या डोळ्यांतली झोप हर्षाने उडून गेली.

तिला काढा तयार करण्यासाठी पाच दिवस लागले. खरे म्हणजे, विष तयार होण्यासाठी पाच दिवस लागण्याची जरुरी नव्हती; पण सुरमेच्या मरणाच्या वेळी युवराजांच्या मनात दया उपजू नये, यासाठी आवश्यक मंत्र घालण्यात आणि अनुष्ठान करण्यातच मंगलेचा पुष्कळ वेळ गेला.

प्रतापादित्यांची परवानगी घेऊन महाराणींनी सुरमेला आणखी काही दिवस राजवाड्यात राहू दिले. सुरमा जाणार म्हणून विभेला चोहीकडे शून्यवत् भासू लागले होते. काही दिवसांपासून ती सुरमेजवळ बसून होती. एखाद्या उदास सावलीप्रमाणे ती सुरमेच्या जोडीने फिरत होती. जसजसा दिवस जाई, संध्याकाळ होई, तसतशी विभा जणू सुरमेला आणखी घट्ट मिठी मारून धरून ठेवू पाहत होती. तिने प्राणपणाने घट्ट धरून ठेवलेले दिवस कोणीतरी जणू तिच्यापासून ओढून, ओरबाडून घेऊन जात होते. विभेच्या चोहीकडे अंधार पसरला होता. सुरमेच्या डोळ्यांपुढेदेखील सारे शून्यच होते. तिच्या नजरेला आता उत्तर-दक्षिण- पूर्व-पश्चिम

असे काही उरले नव्हते. जगातल्या दिशा एकमेकींत मिसळून गेल्या होत्या. ती उदयादित्याच्या पायापाशी पडून राही, त्याच्या कुशीत झोपून राही, त्याच्या मुखाकडे नि:शब्द पाहत राही. दुसरे ती काही करत नसे. ती विभेला म्हणे, ''विभा, माझे सर्वस्व तुझ्यापाशी सोडून जाते आहे.'' एवढे बोलून दोन्ही हातांनी तोंड झाकून घेऊन मग ती रडू लागे.

दुपार होत आली होती. दुसऱ्या दिवशी सकाळी सुरमेच्या पाठवणीचा दिवस होता. तिच्या संसारातले जे काही होते, ते सारे तिने विभेच्या हाती सोपाविले होते. उदयादित्य शांतपणे आणि दृढ प्रतिज्ञा करून बसले होते. त्यांनी निश्चित केले होते – एकतर सुरमेला राजवाड्यात ठेवून घेईन, नाहीतर मीही निघून जाईन. संध्याकाळ झाली, तेव्हा सुरमेला आणखी उभे राहवेना. तिचे पाय कापू लागले, मस्तक गरगरू लागले. ती शयनगृहात जाऊन आडवी झाली. म्हणाली, ''विभा ऽ विभा. लवकर एकदा त्यांना बोलाव. आता फार वेळ उरला नाही.''

उदयादित्य दाराजवळ येताच सुरमा उद्गारली, ''या, लवकर या! माझा जीव घाबरा होतो आहे.'' असे म्हणून तिने आपले दोन्ही हात पुढे केले. उदयादित्य जवळ येताच तिने त्यांचे दोन्ही पाय घट्ट धरले. उदयादित्य तिच्या शेजारी बसले, तेव्हा सुरमा अतिकष्टाने श्वास घेत होती. तिचे हातपाय थंडावत चालले होते. उदयादित्यांनी घाबरून हाक मारली, ''सुरमा!'' सुरमेने अतिशय कष्टाने मस्तक उचलले आणि उदयादित्यांच्या मुखाकडे पाहून ती म्हणाली, ''काय नाथ?'' उदयादित्य व्याकूळ होऊन म्हणाले, ''काय झाले सुरमा?'' सुरमा म्हणाली, ''मला वाटते, माझी घटका भरत आली आहे!'' एवढे बोलून उदयादित्याच्या गळ्याला मिठी मारण्यासाठी तिने आपले हात उंचावण्याचा प्रयत्न केला, पण ते काही उचलले गेले नाहीत. ती केवळ त्यांच्या मुखाकडे पाहत राहिली. उदयादित्यांनी दोन्ही हातांनी सुरमेचे मस्तक उचलून धरत म्हटले, ''सुरमा, सुरमाऽऽ तू कुठे निघालीस सुरमा? मग माझे कोण राहिले?'' सुरमेच्या डोळ्यांतून पाणी वाहू लागले. तिने विभेच्या मुखाकडे पाहिले. विभा तेव्हा संवेदना हरपून शून्य नजरेने सुरमेकडे पाहत होती. ज्या खिडकीपाशी रोज संध्याकाळी उदयादित्य आणि सुरमा बसत असत, ती खिडकी समोरच उघडी होती. आकाशातील तारे दिसत होते. हवेच्या मंद झुळका येत होत्या. सर्वदूर शांत होते. महालातले दिवे उजळले. राजवाड्यात पूजेचा शंख-घंटा वाजल्या आणि हळूहळू शांत झाल्या. उदयादित्याला सुरमा हलकेच म्हणाली, ''काहीतरी बोला. मला डोळ्यांनी नीटसे दिसत नाहीय!''

सुरमेने स्वत: विष खाल्ले आणि ती मरते आहे, अशी बातमी राजवाड्यात हळूहळू पसरली. महाराणी धावत आल्या, बाकीचेही धावत आले. सुरमेचे मुख

पाहून महाराणी हंबरडा फोडून म्हणाल्या, "सुरमे, माझ्या बाळा! तू इथेच राहा. तुला कुठेही जायचे प्रयोजन नाही. तू आमच्या घराची लक्ष्मी आहेस. तुला कोण जा म्हणते आहे?" सुरमेने सासूची पायधूळ मस्तकी घेतली. महाराणी दुप्पट आवेगाने रडत म्हणाल्या, "माँ, तू रागावून चाललीस का गं?" सुरमेची तर वाचाच गेली होती. ती काहीतरी सांगण्याचा प्रयास करत होती, पण तिच्या कंठातून शब्द फुटेना. रात्रीचे चार प्रहर उरले असताना वैद्य म्हणाले, "संपले सगळे!"

"दादा, हे काय झाले रेऽऽ" म्हणून विभेने सुरमेच्या छातीवर पडून सुरमेला कवटाळून धरले.

सकाळ झाली, तरी उदयादित्य सुरमेचे मस्तक मांडीवर घेऊन बसून राहिले होते.

१८

सुरमा आता या जगात नाही, हे विभेच्या काही केल्या लक्षात का राहत नव्हते? जणू आता सुरमा दृष्टीस पडेल, ती जवळपास कुठेतरी आहे असे वाटून विभा या दालनातून त्या दालनात भटकत राही. तिचे प्राण सुरमेच्या शोधात फिरत राहत. केशरचना करायच्या वेळी ती स्तब्ध बसून राही; जणू सुरमा आता येईल अन् तिचे केस बांधून देईल! विभा जणू तिची वाट पाहत राही. हाय रे! संध्याकाळ होऊन जाई, रात्र पडू लागे; पण सुरमा काही येत नसे. केशभूषा तशीच राहून जाई. आज विभेचे मुख एवढे काळवंडले होते, विभा इतकी रडत होती, तरी सुरमा का येत नव्हती? सुरमा कधीच असे करत नसे. विभेचे मुख जरासे सुकले की, लगेच सुरमा तिच्यापाशी येई. तिच्या गळ्यात हात घाली, प्रेमभराने तिच्या मुखाकडे पाहत राही आणि आज... आज विभेची छाती फुटून गेली तरी ती येत नव्हती!

उदयादित्यांचं अर्धे बळ, अर्धा जीव निघून गेला होता. प्रत्येक कामात त्यांची जी प्रेरणा होती, उत्साहदात्री होती, जिचा पाठिंबा हा त्यांचा एकमेव आधार होता आणि जिचे हास्य हे त्यांचे एकमेव बक्षीस होते, तीच निघून गेली होती. ते त्यांच्या शयनगृहात जात. जणू काहीतरी विचार करीत, एकदा चहूकडे पाहत, मग त्यांना समजे – कुणीही नाही! हळूहळू ते गवाक्षापाशी येऊन बसत, जिथे सुरमा बसत असे. ती जागा ते रिकामी ठेवीत. आकाशात तेच चांदणं असे, समोर तीच बाग, वारा तसाच वाहत असे. त्यांना वाटे, 'अशा सांज वेळी सुरमेला आल्याशिवाय राहवेल का?'

एकाएकी त्यांना भास येई – सुरमेसारखा कुणाचातरी आवाज ऐकू येतो आहे! ते दचकत. ही गोष्ट अशक्य आहे, हे माहीत असूनही चहूकडे पाहत, एकदा शय्येपाशी जात. कोणी आहे की नाही असे पाहत. उदयादित्य एके काळी शेकडो लहानसहान कामांमध्ये गुंतून राहत. दरिद्री प्रजाजन आपल्या शेतातील आणि बागांमधील फळफळावळ, भाजीपाला भेट म्हणून त्यांच्याकडे घेऊन येत. उदयादित्य

त्यांची विचारपूस करीत, त्यांना सल्ला देत; पण उदयादित्यांना आजकाल यातले काही जमत नसे, तरीही संध्याकाळपर्यंत ते थकून जात. थकल्या पावलांनी ते शयनगृहात येत. मनामध्ये जणू एकच आस असे – एकदम शयनगृहाचे दार उघडल्याबरोबर सुरमा त्या खिडकीपाशी बसलेली दिसेल!

विभा जेव्हा म्लान मुखाने एकाकी भटकताना उदयादित्यांच्या नजरेस पडे, तेव्हा त्यांच्या जिवाची तडफड होई. ते विभेला जवळ बोलावीत, तिचे लाड करीत, तिच्याशी कुठल्या कुठल्या प्रेमाच्या गोष्टी बोलत. शेवटी अनावर होऊन दादाचा हात धरून विभा रडू लागे. उदयादित्यांच्या डोळ्यांतूनही पाणी वाहू लागे.

एके दिवशी विभेला बोलावून उदयादित्य म्हणाले, ''विभा, या घरात आता तुझे कोण राहिले आहे? आता तुला सासरी पाठवण्याची व्यवस्था करतो. काय म्हणतेस? माझ्यापाशी संकोच करू नकोस. विभा, तुझ्या मनातली आस तू आणखी कुणाजवळ उघड करशील; सांग बरे?''

विभा गप्प राहिली. काहीच बोलली नाही. ही गोष्ट काय कुणी विचारण्याजोगी होती? पित्याच्या घरी राहण्याची तिची थोडीच इच्छा होती? जगात तिचे एकमात्र असे जे विसाव्याचे स्थान होते, तिथे – त्या चंद्रद्वीपात जाण्यासाठी तिचा जीव तळमळणार नाही तर काय? पण अजूनपर्यंत एकही माणूस तिला घ्यायला आला नव्हता! का नव्हता आला?

विभेला सासरी पाठविण्याचा प्रस्ताव उदयादित्यांनी एकदा पित्याजवळ मांडला. प्रतापादित्य म्हणाले, ''विभेला सासरी पाठवायला माझी काही हरकत नाही, परंतु त्यांना विभेची काही किंमत असती, तर विभेला आणायला त्यांनी आपणहून माणूस पाठविला असता. आपण इतकी काळजी करायची मला आवश्यकता वाटत नाही.''

सैरभैर विभेला पाहून महाराणी धाय मोकलून रडत. सधवा विभेची वैधव्यसदृश अवस्था त्यांच्या डोळ्यांना कशी पाहवेल? विभेचा बापुडवाणा चेहरा पाहून त्यांच्या काळजात धस्स होई. त्याखेरीज महाराणींचा आपल्या जावयावरही अतिशय जीव होता. एकदा काहीतरी पोरकटपणा केल्यामुळे त्याचे एवढे दूरगामी परिणाम व्हावेत, हे त्यांना अजिबात रुचले नव्हते.

अखेरीस त्या काकुळतीला आल्या आणि महाराजांकडे जाऊन त्यांना म्हणाल्या, ''महाराज, विभेची सासरी पाठवणी करा.''

महाराज रागावले. म्हणाले, ''ही एकच गोष्ट मी पुष्कळदा ऐकली. आता आणखी मला त्रास देऊ नका. ते जेव्हा विभेची भीक मागायला येतील, तेव्हा त्यांना विभा मिळेल.''

महाराणी म्हणाल्या, ''मुलगी इतके दिवस सासरी नांदायला गेली नाही, तर

माणसे काय म्हणतील?''

प्रतापादित्य म्हणाले, ''आणि प्रतापादित्याने स्वत:हून मुलीला पाठवले आणि रामचंद्ररायाने जर तिला दारातून हाकलून दिले, तर माणसे काय म्हणतील?''

महाराणी विचार करू लागल्या, 'महाराज एकेकदा काय करतील, त्याचा काही थांग लागत नाही.' आणि विचार करता-करता त्यांना रडू अनावर झाले.

११

मानापमानाच्या बाबतीत राजा रामचंद्रराय अतिशय काटेकोरपणाने वागत. ते एकदा पालखीत बसून रस्त्याने चालले असता दोन साधे-सरळ विणकर आपल्या झोपडीबाहेर बसून मागावर वस्त्र विणत होते. पालखी पाहून ते उठून उभे राहिले नाहीत, त्या एका गोष्टीबद्दल राजांनी थैमान घातले होते. एकदा यशोहरला त्यांच्या सासुरवाडीच्या एका नोकराला त्यांनी काहीतरी काम करण्याची आज्ञा केली. त्याने बिचाऱ्याने ऐकले काहीतरी भलतेच आणि त्या कामात घोटाळा करून ठेवला. महाभिमानी रामचंद्ररायांनी यातून निष्कर्ष काढला की, सासुरवाडीचे नोकर त्यांची पत्रास ठेवत नाहीत. त्यांना तशी शिकवण खात्रीने त्यांच्या मालकांकडूनच मिळाली असणार; नाहीतर ते असे साहस करू धजणार नाहीत. विशेषत: त्याच दिवशी सकाळीच त्यांनी युवराज उदयादित्यांना त्या नोकराला खासगीत काहीतरी सांगताना पाहिले होते. नक्कीच त्यांचा अपमान करण्यासंबंधी मसलत चालली असणार; नाहीतर असा प्रसंग कसा उद्‌भवला असता? एकदा काही मुले मातीच्या ढिगाऱ्याचे सिंहासन बनवून राजा, मंत्री आणि राजसभासदांच्या भूमिका घेऊन राजसभेचा खेळ खेळत होती. राजांच्या कानी ते गेल्यावर त्यांनी त्या मुलांच्या बापांना बोलावून त्यांना कठोर शिक्षा फर्मावली होती.

आज महाराज लोडाला रेलून गादीवर बसून गुडगुडी ओढत होते. समोर एक गरीब-बिचारा अपराधी उभा होता. त्याचा न्यायानिवाडा करणे चालले होते. या माणसाने कुठूनतरी प्रतापादित्य आणि रामचंद्ररायांच्या संबंधात घडलेली घटना ऐकली होती अन् आपसात त्यावर काहीतरी मल्लिनाथी केली होती. ती ऐकून त्याच्या शत्रुपक्षातल्या एकाने ही गोष्ट राजांच्या कानावर घातली होती. राजाची फारच खप्पामर्जी होऊन त्याची उलटतपासणी चालली होती. त्याला फाशी द्यावी की तडीपार करावे, इथवर गोष्टी पोचल्या होत्या.

राजे म्हणत होते, "काय रे, तुझी ही मजाल?"

तो रडून म्हणत होता, "क्षमा असावी महाराज! मी काही केलेले नाही."

मंत्री म्हणत होते, "बेट्या, प्रतापादित्याशी आमच्या महाराजांची तुलना!"

दिवाण म्हणाले, "बेट्या, तुला माहीत नाही, प्रतापादित्याचा बाप जेव्हा प्रथम राजा झाला, तेव्हा त्याने आमच्या महाराजांच्या स्वर्गीय पिताजींना त्याला राजतिलक लावण्याची विनंती केली. पुष्कळ रडारड केल्यावर डाव्या पायाच्या करंगळीने त्यांनी त्याला राजतिलक लावला."

रमाई भांड म्हणाला, "त्या विक्रमादित्याचा मुलगा प्रतापादित्य. गेल्या दोन पिढ्यांपासूनच तर राजे आहेत ते. प्रतापादित्याचा बाप होता गांडूळ! त्या गांडुळाचा मुलगा आहे जळू! बेटा प्रजेचे रक्त पिऊन-पिऊन भलताच फुगला. त्या जळवेचा मुलगा आज डोके आपटून-आपटून डोक्याचा भुगा करून टाकतो आहे आणि सापासारखा फणा काढायला शिकला आहे. आम्ही राजसभेत पिढीजात भांडगिरी करीत आलो आहोत, आम्ही वैदू आहोत; सापाची जात ओळखणार नाही?"

राजा रामचंद्रराय अत्यंत संतुष्ट होऊन हसतमुखाने गुडगुडी ओढू लागले. आजकाल राजसभेत प्रतापादित्यांवर रोजच एकदा तरी असा हल्ला होई. प्रतापादित्यांना लक्ष्य करून भेदक वाग्बाणांचा वर्षाव करून सेनापतींचे भाते रिकामे झाले की, सभा संपे. काय असेल ते असो; पण आजच्या खटल्यातील गुन्हेगाराने पुष्कळ रडारड केल्यामुळे कोपिष्ट रामचंद्रराय म्हणाले, "बरे तर, जा. या वेळेला सुटलास. यापुढे सावध राहा."

बाकीचे सभासदही निघून गेले. केवळ मंत्री आणि रमाई भांड एवढेच राजाजवळ उरले. प्रतापादित्याची कथा पुढे सुरू राहिली.

रमाई म्हणाला, "आपण तर निघून आलात; तिकडे युवराज बिचारे मोठ्याच संकटात पडले. राजांचे मत पडले, मुलगी विधवा झाली तर तिच्या हातातल्या दोन-चार बांगड्या आणि लोखंडी कडी* विकून राजकोषात किंचित पैसा जमा करता येईल. युवराजांनी त्याला विरोध केला, तर त्यावरून केवढा गहजब!"

राजे हसू लागले. म्हणाले, "असे!"

मंत्री म्हणाले, "महाराज, प्रतापादित्य आजकाल पश्चात्तापाने पोळून निघत आहेत, असे ऐकतो. आता मुलीला सासरी पाठविण्यासाठी काय युक्ती करावी, या एकाच विचाराने त्यांची झोप-भूक नष्ट झाली आहे."

राजे म्हणाले, "खरे की काय!" असे म्हणून ते हसू लागले, गुडगुडी ओढू लागले. त्यांना अत्यानंद झाला होता.

मंत्री म्हणाले, "मी म्हणतो, आता मुलीला सासरी धाडण्याची काही जरूर

---

* लोहा – सौभाग्यचिन्ह

नाही. तुमच्या कुळात महाराजांनी विवाह केला, यातच तुमच्या सात पिढ्यांचा उद्धार झाला! आता आणखी पुन्हा तुमच्या मुलीला घरी आणून नांदवून कुलमर्यादा बुडवण्याइतके पुण्य अजूनही तुम्ही केलेले नाही. बरोबर ना ठाकूर?''

रमाई म्हणाला, ''ते कुणास ठाऊक! महाराज, आपण चिखलात पाऊल टाकलेत, ते तर त्या चिखलाच्या बापाचे भाग्य! पण म्हणून घरात शिरताना पाय धुऊनच येणार की नाही?''

अशा प्रकारे थट्टामस्करी सुरू होती. प्रतापादित्य आणि उदयादित्यांच्या काल्पनिक मूर्ती समोर ठेवून, त्यांना ओरबाडून रक्तबंबाळ करणे सुरू होते. उदयादित्यांचा अपराध काय होता, कोण जाणे! खरेतर त्यांनी स्वत:वरच्या संकटाची पर्वा न करता रामचंद्ररायांच्या प्राणांचे रक्षण केले होते; ते सगळे कोणीकडेच गेले आणि केवळ प्रतापादित्यांचे पुत्र असण्याच्या अपराधावरून रामचंद्रराय त्यांचा उल्लेख करून निर्ल्लजपणे चेष्टामस्करी करू लागले. रामचंद्रराय निष्ठुर होते असे नव्हे; पण तो एक कोत्या मनाचा क्षुद्र माणूस होता. उदयादित्यांनी त्यांचे प्राण वाचवले होते, त्याबद्दल त्यांच्या मनात कृतज्ञता नव्हती. त्यांची समजूत होती, असे तर व्हायलाच हवे. असे झाले नाही, तरच तो अन्याय! रामचंद्रराय संकटात सापडले असता सगळ्यांनी मिळून त्यांना वाचवायचे नाही तर काय! त्यांना वाटे, रामचंद्ररायांच्या पायात काटा मोडल्यावर जगातल्या प्रत्येक माणसाला वेदना व्हायलाच हवी. जगातल्या एखाद्या अतिसामान्य माणसाच्या लेखीही स्वत:वर आलेल्या संकटाच्या तुलनेने महाराजाधिराज रामचंद्र म्हणजे काहीच नव्हेत, हे त्यांच्या कल्पनेतही नव्हते. रात्रंदिवस शेकडो स्तुतिपाठकांच्या गराड्यात असताना एकीकडे सगळे जग आणि दुसरीकडे स्वत:ला तराजूत घातल्यावर त्यांना स्वत:चेच पारडे भारी वाटे. त्यामुळे कोणाबद्दलही त्यांना सहजतेने कृतज्ञतेची जाणीव होत नसे. त्याखेरीज उदयादित्याबद्दल कृतज्ञता न वाटण्याचे आणखी एक कारण होते. त्यांचा असा ठाम समज झाला होता की, उदयादित्याने त्यांना स्वत:च्या बहिणीसाठी वाचवले होते. रामचंद्ररायांचे प्राण वाचवणे, हा हेतू नव्हताच मुळी. त्याशिवाय रामचंद्ररायांच्या हृदयात जरी कृतज्ञतेची जाणीव असती, तरीही उदयादित्यांच्या चेष्टामस्करीत त्यांनी उणे पडू दिले नसते. कारण दहा जण मिळून जिथे एकाची थट्टामस्करी करत असतील, विशेषत: रमाई भांड ज्याची कुचेष्टा करीत असेल, तिथे त्यांची तोंडे बंद करण्याएवढी किंवा त्यात सहभाग न घेण्याएवढी त्यांच्या मनाची ताकद नव्हती. त्यांना वाटे, 'तसे झाले तर मग बाकीच्या सगळ्यांना काय वाटेल बरे!'

विभेबद्दल रामचंद्ररायांच्या मनात थोडीफार आसक्तीची भावना होती. विभा सुंदर होती. तिने यौवनात नुकतेच पदार्पण केले होते. रामचंद्ररायांशी विभेची ओळख अगदी थोड्या दिवसांचीच होती. प्रतापादित्यांकडे त्यांनी दुर्लक्ष केले, पण

त्या रात्री पहिल्या झोपेतून उठून त्यांनी पाहिले की, विभा शय्येवर बसून रडत होती, तिच्या मुखावर चांदणे पडले होते, तिचे अधे अनावृत वक्ष थरथर कापत होते, तिच्या सुंदर करुण डोळ्यांतून अश्रू ओघळत होते, तिचे नाजूक ओठ कोवळ्या कळीप्रमाणे कापत होते, तेव्हा त्यांच्या मनात एकदम काहीतरी दाटून आले. विभेचे मस्तक त्यांनी मांडीवर घेतले, तिच्या डोळ्यांतले पाणी त्यांनी आपल्या हाताने पुसले. विभेच्या थरथरणाऱ्या ओठांचे चुंबन घेण्याची मनात आस निर्माण झाली आणि पहिल्यांदाच त्यांच्या शरीरात क्षणभर वीज सळसळली. विभेच्या नवविकसित यौवनाच्या लावण्यराशी तेव्हा प्रथमच त्यांच्या नजरेस पडल्या. प्रथमच त्यांचा श्वास वेगाने चालला, अर्धोन्मीलित पापण्यांत पाणी तरळले, हृदयाचे ठोके वेगाने पडू लागले. विभेचे चुंबन घेण्यासाठी ते वाकले, इतक्यात दारावर थाप पडली. त्या भीषण संकटाची बातमी कानावर आली. पण हृदयाचा तो पहिला आवेग, वासनेचा तो पहिला नि:श्वास, डोळ्यांना पडलेली ती भूल... त्या साऱ्याची तृप्ती न झाल्यामुळे ते अतृप्त राहून रामचंद्ररायांच्या स्मृतीत कोरले गेले. ही गाढ प्रेमाची भावना नव्हती कारण रामचंद्ररायांच्या क्षुद्र हृदयाची तेवढी क्षमताच नव्हती. एखाद्या भोगवस्तूबद्दल रसिक मनाला एकाएकी जे आकर्षण वाटते, तसेच आकर्षण रामचंद्ररायांना विभेबद्दल वाटू लागले होते. काहीही असो, कोणत्याही कारणाने असो, रामचंद्ररायांच्या तारुण्यसुलभ भावनांमध्ये विभेला स्थान होते. विभेला आपलीशी करण्याची अभिलाषा त्यांच्या मनात जागी झाली होती, परंतु विभेला आणायला कोणाला पाठवावे, तर सगळे काय म्हणतील? राजसभासद त्यांना बाईलवेडा समजतील, मंत्री मनोमनी असंतुष्ट होईल, रमाई भांड मनातल्या मनात हसेल. त्याशिवाय तसे केले, तर प्रतापादित्यांना शिक्षा कशी होईल? सासऱ्याचा सूड कसा घेता येईल? अशा तऱ्हेचे वेडेवाकडे विचार करीत बसल्यामुळे विभेला आणण्यासाठी पाठविण्याचा त्यांचा विचार पक्का होत नव्हता; कृती होत नव्हती. इतकेच काय, विभेच्या संबंधाने जी चेष्टामस्करी चालत असे, त्यात अडथळा आणण्याचीही त्यांची हिंमत होत नसे आणि त्याच वेळी प्रतापादित्यांचा विचार मनात आणला की, असा अडथळा आणण्याची इच्छाही लुप्त होत असे.

रमाई भांड आणि मंत्री निघून गेल्यावर राममोहन माल येऊन हात जोडून म्हणाला, "महाराज...."

राजे म्हणाले, "काय राममोहन?"

राममोहन म्हणाला, "महाराज, आज्ञा करावी, मी ठाकुराणींना आणायला जातो."

राजे म्हणाले, "हे काय म्हणतोस?"

राममोहन म्हणाला, "होय महाराज, अंत:पूर सुने-सुने आहे. माझ्याच्याने ते

पाहवत नाही. मी अंत:पुरात जातो, महाराजांच्या महालातही कोणी नजरेस पडत नाही; ते माझ्या जिवाला बरे वाटत नाही. आमची माँ-लक्ष्मी घरात येऊन घर उजळून टाकू दे, म्हणजे आमच्या डोळ्यांचे पारणे फिटेल.''

राजे म्हणाले, ''राममोहन, तुला वेड लागलेय! त्या मुलीला मी घरात आणू?''

राममोहन डोळे विस्फारून म्हणाला, ''का महाराज? आमच्या माँ-ठाकुराणींनी काय गुन्हा केला आहे?''

राजे म्हणाले, ''काय बोलतो आहेस राममोहन! प्रतापादित्याच्या मुलीला मी घरात आणू?''

राममोहन म्हणाला, ''का नाही आणणार? प्रतापादित्यांशी आता त्यांचा संबंध काय? जोवर लग्न होत नाही, तोवर मुलगी बापाची; लग्न झाल्यावर तिच्यावर बापाचा अधिकार राहत नाही. आता आपल्या राणीवर हक्क आपला! आपण त्यांना घरी आणले नाहीत, आपण त्यांचा मान राखला नाहीत; तर आणखी कोण राखील?''

राजे म्हणाले, ''प्रतापादित्यांच्या मुलीशी मी लग्न केले, हेच फार झाले. वर आणखी तिला घरी आणायचे? त्यात आमचा काय मान राहिला?''

राममोहन म्हणाला, ''मान काय राहिला? आपल्या स्वत:च्या राणीला आपण परक्याच्या घरी सोडून दिलेत, त्यांच्यावर आपला काहीही हक्क नाही, त्यांच्यावर इतर लोक मन मानेल तशी सत्ता गाजवू शकतात, ह्यात तरी आपला मान कुठे राहतो आहे?''

राजे म्हणाले, ''प्रतापादित्याने मुलीला पाठवले नाही तर?''

राममोहन आपली भरदार छाती फुगवून म्हणाला, ''काय म्हणालात महाराज? पाठवले नाही तर? एवढी हिम्मत कुणाची आहे की पाठवणार नाहीत? आमची माँ-जननी, आमच्या घराची माँ-लक्ष्मी आमच्यापासून तिला वेगळे करण्याची कुणाची हिंमत होईल? प्रतापादित्य कितीही मोठे असेनात का, त्यांच्या हातून मी तिला खेचून आणीन, हा माझा शब्द देऊन जातोय! माझ्या माँला मी आणणार; तुम्ही अडविणारे कोण?'' असे म्हणून राममोहन निघून जाऊ लागला.

राजे गडबडीने म्हणाले, ''राममोहन, जाऊ नकोस, ऐक, ऐक. बरे, तू राणीला आणायला जातो आहेस, त्यात काही हरकत नाही; पण हे बघ, ही गोष्ट कोणाच्या कानावर जाता कामा नये. रमाई किंवा मंत्र्यांना हे कळता कामा नये.''

राममोहन म्हणाला, ''जशी आज्ञा महाराज!'' आणि तो निघून गेला.

राजवाड्यात राणी आल्यावर सर्वांना कळणारच होते; पण त्याला अजून पुष्कळ वेळ होता. त्याची तयारी करण्यासाठी वेळ होता. या घटकेला सामोऱ्या आलेल्या लाजिरवाण्या प्रसंगातून सुटका झाली अन् रामचंद्रराय तात्पुरते तरले.

२०

उदयादित्यांना बरे वाटावे, यासाठी विभा अहोरात्र झटत असे. आपल्या हाताने ती त्यांची सारी कामे करी. ती स्वत: त्यांचे जेवण आणून देई, जेवताना समोर बसून राही. छोट्याशा गोष्टीतही काही कमी पडू देत नसे. संध्याकाळी उदयादित्य त्यांच्या महाली येऊन बसत. दोन्ही हातांनी डोळे झाकून गुपचूप बसून राहत. डोळ्यांतून बहुधा अश्रू वाहत असत. तेव्हा विभा हळूहळू त्यांच्या पायाशी येऊन बसे. काहीतरी गोष्टी उकरून काढण्याचा प्रयत्न करी, त्यांचे मन रमविण्याचा प्रयत्न करी; पण संभाषण पुढे जात नसे. दालनातील मलिन दिव्याची ज्योत अधूनमधून थरथरत असे. तिच्याबरोबरच भिंतीवरील अंधाराची सावली थरथरत असे. विभा पुष्कळ वेळ नि:शब्दपणे त्या सावलीकडे पाहत राही. पाहता-पाहता छाती फुटून जाईल, असा नि:श्वास सोडून, हुंदके देऊन कळवळून विचारू लागे – "दादा, ती कुठे गेली रे?" उदयादित्य चमकून उठत. डोळ्यांवरचे हात काढून विभेच्या मुखाकडे पाहत राहत; जणू विभा काय बोलली, ते त्यांना नीटसे समजलेलेच नसे. जणू ते समजून घेण्याचा ते प्रयत्न करीत आहेत अन् अचानक ते भानावर येत. डोळ्यांतले पाणी गडबडीने पुसून विभेजवळ येऊन म्हणत, "विभा, इकडे बघ, मी तुला एक गोष्ट सांगतो."

पावसाळी दिवस. ढग दाटून आले होते. दिवसभर मुसळधार पाऊस पडतच होता. दिवस असूनही अंधार पडला होता. बागेतली झाडेझुडपे स्तब्ध उभी राहून भिजत होती. मधूनच हवेचा झोत येत होता आणि महालात पावसाची झड येत होती. उदयादित्य गप्प बसून होते. आभाळात ढग गडगडत होते, दूरवर वीज चमकत होती. पावसाचा अनाहत नाद जणू एवढेच म्हणत होता – 'सुरमा नाही. ती नाही' मधून-मधून ओल्या हवेचा झोत सोंऽसोंऽ करीत येऊन जणू म्हणत होता – 'सुरमा कुठाय?' विभा हळूहळू उदयादित्यांजवळ येऊन हाक मारी – "दादाऽऽ" दादाला त्यावर काही बोलवत नसे. विभेला पाहूनच ते मुख झाकून

घेऊन खिडकीवर डोके टेकवून बसत. डोक्यावर पाऊस टपटपत राही. अशा तऱ्हेने दिवस निघून जाई. संध्याकाळ होई, रात्र पडू लागे. उदयादित्यांच्या जेवणाची व्यवस्था करून पुन्हा येऊन विभा म्हणे, ''दादा, जेवण आले आहे, खाऊन घे.'' उदयादित्य काही उत्तर देत नसत. रात्र चढू लागे. विभा रडून म्हणे, ''दादा, ऊठ, रात्र झाली.'' उदयादित्य मस्तक उचलून पाहत. विभा रडते आहे, असे बघून लगबगीने उठून विभेचे डोळे पुसून जेवायला बसत. घशाखाली घास उतरत नसे. ते पाहून विभा उसासा सोडून निजायला जाई. तीही अन्नाला स्पर्श करीत नसे.

गप्पा मारण्याचा, गोष्टी करण्याचा विभा प्रयत्न करी; परंतु विभेला फार संभाषण जमत नसे. उदयादित्यांना कोणत्या उपायाने सुखी करावे, हे विभेला सुचत नसे. तिला वाटत राही, 'आज काकाआजोबा असते तर!' उदयादित्यांना आजकाल मनातून कसलीशी भीती वाटे. प्रत्यापादित्यांना ते अत्यंत घाबरत. पूर्वीचे ते साहस त्यांच्यात उरले नव्हते. संकटाला कस्पटासमान मानून अत्याचाराविरुद्ध प्राण पणाला लावणे आता त्यांना जमत नव्हते. सगळ्याच गोष्टींत ते मागेपुढे करीत. सगळ्या गोष्टींकडे संशयाने पाहत.

एके दिवशी उदयादित्यांना समजले की, छापराच्या जमीनदाराच्या कचेरीवर रात्रीच्या वेळी लाठीवान पाठवून कचेरीची लूट करण्याचा आणि कचेरीच्या इमारतीला आग लावून देण्याचा हुकूम झाला आहे. उदयादित्य तत्क्षणी त्यांचा घोडा तयार करण्यासाठी सांगून अंतःपुरात गेले. शयनगृहात प्रवेश करून एकदा त्यांनी चोहो बाजूंना पाहिले. कसलासा विचार करू लागले. विचार करता-करता विमनस्क होऊन वेश बदलू लागले. वेश बदलून बाहेर आले. नोकर येऊन म्हणाला, ''युवराज, घोडा तयार आहे. कुठे जाणे व्हायचे आहे?'' युवराज काही क्षण विमनस्क होऊन नोकराच्या तोंडाकडे पाहत राहिले आणि शेवटी म्हणाले, ''कुठेही नाही. तू अश्व घेऊन जा.''

एके दिवशी कुणाच्यातरी ओरडण्याचा आवाज ऐकून उदयादित्य बाहेर आले. पाहतात तो राजसेवक एका प्रजाजनाला झाडाला बांधून झोडपीत होता. प्रजाजन रडून युवराजांच्या मुखाकडे पाहून म्हणाला, ''दया करावी युवराज!'' युवराजांना त्याच्या वेदना पहावल्या नाहीत. घाईघाईने पळतच ते आपल्या महालात निघून गेले. पूर्वी असे घडले असते, तर परिणामांचा विचार न करता त्यांनी त्या सेवकाला अडवले असते, प्रजाजनाला वाचविण्याचा प्रयत्न केला असता.

भागवत आणि सीतारामाची मासिक रक्कम बंद झाली होती. त्यांना प्रकट अथवा गुप्तपणे पैशाची मदत करण्याचे साहस युवराजांना आता होत नव्हते. त्यांच्या हालअपेष्टांबद्दल जेव्हा ते ऐकत, तेव्हा मनात ठरवत, 'आजच मी पैसे पाठवून देईन.' त्यानंतर चालढकल करीत राहत; पैसे पाठविणे काही हातून होत नसे.

उदयादित्य प्राणाच्या भयाने असे करीत असत, असे मात्र कोणी समजू नये. सध्या आयुष्याबद्दल पूर्वीपेक्षा त्यांना विशेष आसक्ती निर्माण झाली होती, असेही नव्हे. त्यांच्या मनात एक आंधळी भीती उपजली होती. प्रतापादित्य त्यांना एखाद्या रहस्यमय गोष्टीप्रमाणे वाटू लागले होते. उदयादित्यांचे दैव, त्यांच्या पुढील आयुष्यातील प्रत्येक दिवस, प्रत्येक क्षण जणू प्रतापादित्यांच्या मुठीत होता. उदयादित्य मृत्यूला मिठी मारायला निघाले असताना, आयुष्याचा अखेरचा क्षण ओलांडतानाही प्रतापादित्यांनी भुवई उंचावून त्यांना जिवंत राहण्याचा हुकूम केला असता, तर तेव्हाही जणू त्यांना मृत्युमुखातून परत फिरणे भाग पडले असते!

२१

विधवा रुक्मिणीच्या (मंगलेच्या) गाठीशी थोडाफार नगद पैसा होता. तो कर्जाऊ देऊन त्याच्या व्याजावर ती उपजीविका चालवी. रूप आणि रुपये या दोन गोष्टींच्या जोरावर तिने पुष्कळांना वश करून ठेवले होते. सीताराम हा रंगेल गडी. त्याच्या गाठीला पैसा नव्हता, त्यामुळे रुक्मिणीचे रूप आणि रुपये या दोन्हींबद्दल त्याला आंतरिक ओढ होती. ज्या दिवशी घरात चूल पेटत नसे, त्या दिवशी सीतारामला पाहावे – अगदी निश्चिन्तपणे हातात लाठी नाचवीत, पातळ उपरणे उडवीत, छाती फुगवून तो रस्त्याने निघे अन् मंगलेच्या घरी जाई. रस्त्यात जर कोणी विचारले, "कसे काय सीताराम, घरसंसार कसा चाललाय?" तर सीताराम तत्क्षणी हसतमुखानं सांगे– "छान चाललेय. उद्या आमच्याकडे जेवायला या." सीतरामच्या बड्या-बड्या बाता यत्किंचितही कमी झाल्या नव्हत्या. उलट परिस्थिती जितकी खालावत होती, तितक्या त्या अधिक लंब्याचवड्या होत होत्या. सीतारामाची अवस्था अधिकाधिक ढासळत चालली होती. परिस्थिती अशी झाली होती की, त्याच्या आत्याचे यजमान आपली ऑनररी* आतोबाची पदवी सोडून आपल्या गावाला परत जाण्याचे बेत करू लागले होते.

एके दिवशी पैशाची विशेष गरज भासली, तेव्हा सीताराम रुक्मिणीच्या घरी आला होता. हसून तिला बिलगत तो म्हणाला,

"भिक्षा घालशील जरी
सोन्यारुप्याची नसे जरुरी
प्राणांचे मागतसे दान
भिक्षा मागतो मी सन्मान

"छे, छडा** काही ठीक जमला नाही. आत्मासन्मानदेखील आत्ता तितकासा

---

* ऑनररी – हा मूळ इंग्रजी शब्द तसाच ठेवला आहे.

** छडा – लहान कविता.

आवश्यक नाही. जरूर पडली तर मग पाहत येईल. आत्ता थोडे सोननाणे मिळाले, तर कामाला येईल.''

रुक्मिणी अचानक विशेष प्रेम दाखवीत म्हणाली, ''जा गडे! तुम्हाला गरज असताना देणार नाही, तर आणखी कुणाला देणार?''

सीताराम घाईघाईने म्हणाला, ''नाही, गरज कसली? पण त्याचे काय आहे की, पैसे माझ्या आईजवळ असतात. मी स्वत:जवळ काही पैसे ठेवत नाही. आज सकाळीच आई जोडाघाटाला तिच्या जावयाच्या घरी गेली आहे. पैसे काढून ठेवायला विसरली. पण मी उद्याच चुकते करून टाकीन.''

मंगला मनातल्या मनात हसून म्हणाली, 'इतकी घाईगडबड करण्याची काय जरूर आहे तुम्हाला? जेव्हा सवड होईल तेव्हा फेडले तरी चालतील. तुमच्या हाती देते आहे, पाण्यात फेकून देत नाही!' पाण्यात फेकलेले पैसे मिळण्याची एक वेळ थोडीतरी शक्यता होती; पण सीतारामच्या हाती दिल्यावर ती शक्यता अजिबात नव्हती, एवढाच फरक!

मंगलेचे हे प्रेमळ लक्षण पाहून सीतारामाचे प्रेम अगदी उचंबळून आले. सीतारामने चेष्टामस्करी करायला सुरुवात केली. पैशावाचून नबाबी करणे आणि हास्यरसावाचून मस्करी करणे सीतारामच्या स्वभावातच होते. तो तोंडाला येईल ते बरळे आणि इतर कुणाची वाट न पाहता स्वत:च हसत सुटे. त्याचे ते हसणे पाहून समोरच्यालाही हसू येई. तो जेव्हा राजवाड्यात पहारेकरी होता, तेव्हा इतर पहारेकऱ्यांशी सीतारामची अधूनमधून जवळजवळ हाणामारीच होत असे. त्याचे मुख्य कारण म्हणजे, सीताराम ज्या गोष्टींना गंमत समजत असे, ती इतर सगळ्यांना गंमत वाटत नसे. एकदा हनुमानप्रसाद तिवारी पहाऱ्यावर असताना डुलक्या देत होता. सीतारामने गुपचूप त्याच्या मागून जाऊन त्याच्या पाठीत असा एक बुक्का हाणला की, त्या हाडे मोडणाऱ्या चेष्टेमुळे तिवारीची पाठ आणि पित्त एकदमच खवळून उठले. सीताराम मोठमोठ्याने हसू लागला. हनुमानप्रसादने त्यात सहभागी न होता बुक्क्यातला आणि हास्यरसातला फरक अन् करुण रसाचा संबंध सीतारामला सोदाहरण समजावून दिला होता. सीतारामच्या चेष्टेखोरपणाचे असे शेकडो किस्से सांगता येतील.

आधीच सांगितल्याप्रमाणे सीतारामाचे प्रेम अगदी उचंबळून आले. तो रुक्मिणीला खेटून प्रेमाने म्हणाला, ''तू माझी सुभद्रा, मी तुझा जगन्नाथ.''

रुक्मिणी म्हणाली, ''मर मेल्या! सुभद्रा तर जगन्नाथाची बहीण!''

सीमाराम म्हणाला, ''तसे कसे होईल? तर मग सुभद्राहरण कसे झाले?''

रुक्मिणी हसू लागली. सीताराम छाती फुगवून म्हणाला, ''नाही, तसे नाही, हसून चालणार नाही, उत्तर दे. सुभद्रा जर बहीण असेल, तर सुभद्राहरण कसे काय झाले?''

सीतारामाची खात्री होती की, त्याने भलादांडगा युक्तिवाद केला आहे; त्यावर आणखी काही बोलण्यासारखे नाही.

रुक्मिणी अतिशय गोड आवाजात म्हणाली, ''मूर्ख कुठला!''

सीताराम पाघळून जाऊन म्हणाला, ''असेन मूर्ख! तुझ्यापुढे मी नेहमीच हार मानतो. तुझ्यासमोर मी नेहमीच मूर्ख असतो.''

सीतारामला मनोमन वाटले, 'काय पण जबाब दिलाय! छानच गप्पागोष्टी चालल्यात.'

तो पुढे म्हणाला, ''बरे बाई, तुला जर मी बोललेले आवडले नसेल, तर तुला मी काय हाक मारलेली आवडेल, सांग बरे मला!''

रुक्मिणी हसून म्हणाली, ''म्हणा, प्राण.''

सीताराम म्हणाला, ''प्राणऽ''

रुक्मिणी म्हणाली, ''बोला, प्रियेऽ''

सीताराम म्हणाला, ''प्रियेऽऽ''

रुक्मिणी म्हणाली, ''म्हणा, प्रियतमेऽऽ''

सीताराम म्हणाला, ''प्रियतमेऽऽ''

रुक्मिणी म्हणाली, ''म्हणा, प्राणप्रियेऽऽ''

सीताराम म्हणाला, ''प्राणप्रियेऽ बरे गडे प्राणप्रियेऽऽ हे पैसे दिलेस, त्याच्यावर व्याज किती घेणार?''

रुक्मिणी रागावली. तोंड वाकडे करून म्हणाली, ''जा-जा, कळले तुमचे प्रेम! व्याजाची भाषा कोणत्या तोंडाने करता?''

सीताराम आनंदाने भरून येऊन म्हणाला, ''छे, छे! असे कधी झालेय? मी काय खरेच विचारत होतो का? मी तर थट्टा करत होतो! एवढेही नाही समजले? छी: प्रियतमे!''

सीतारामच्या आईला काय धाड भरली, कुणास ठाऊक! आजकाल ती अधूनमधून सारखी जावयाच्या घरी जाऊ लागली आणि खर्चासाठी पैसे काढून ठेवण्याची आठवण तिला अगदीच राहिना. साहजिकच सीतारामला अधूनमधून रुक्मिणीकडे यावे लागे. अलीकडे असे दिसे की, सीताराम व रुक्मिणी यांच्यात कुठल्याशा विषयावर खलबते चालत. पुष्कळ दिवस खलबते झाल्यावर सीताराम म्हणाला, ''मला, खरेतर इतके छक्केपंजे नाही समजत. या बाबतीत भागवतची मदत घेतल्यावाचून चालायचे नाही.''

त्या दिवशी संध्याकाळी पर्जन्याची मोठी झड उठली होती. राजवाड्यातले दरवाजे मोठा आवाज करून आपटत होते. वारा इतक्या वेगात वाहत होता की,

बागेतल्या मोठमोठ्या झाडांच्या फांद्या वाकून जमिनीला स्पर्श करीत होत्या. पुरामुळे विखुरलेल्या गावाप्रमाणे वादळाच्या तडाख्याने छिन्नविच्छिन्न झालेले ढग वेगाने धावत होते. विजा कडकडत होत्या, आभाळ गडगडत होते. चारी बाजूंचे दरवाजे बंद करून एका छोट्या मुलीला मांडीवर घेऊन उदयादित्य बसले होते. महालातला दिवा मालवून टाकला होता. महालात अंधार होता. छोटी त्यांच्या मांडीवर झोपून गेली होती. सुरमा जिवंत असताना या मुलीवर जिवापाड प्रेम करी. सुरमेच्या मृत्यूनंतर छोटीच्या आईने तिला राजवाड्यात पाठविले नव्हते. पुष्कळ दिवसांनी ती राजवाड्याकडे फिरकली होती. उदयादित्यांना पाहून 'काका' 'काका' म्हणून ती त्यांच्या कुशीत एकाएकी शिरली. उदयादित्य तिला छातीशी घट्ट धरून आपल्या शयनगृहात घेऊन आले होते. उदयादित्यांना वाटत होते, 'सुरमा या छोटीला बघायला म्हणून आली तर! हिच्यावर तिचा किती जीव होता! इतक्या प्रेमाची पोर, तिला बघायला न येता सुरमेला कसे राहवेल!' छोटीने एकदा विचारले, "काका, काकीमाँ कुठे आहेत?"

उदयादित्य दाटल्या कंठाने म्हणाले, "तू एकदा त्यांना हाक मार ना!" "काकीमाँऽ काकीमाँऽऽ" अशा हाका छोटी मारू लागली. कोणीतरी साद दिल्याचा उदयादित्यांना भास झाला. दुरून जणू कुणी उत्तरले, "आले गं!" जणू या जिवाच्या जिवलग छोटीची करुण हाक ऐकून स्नेहमयीला राहवले नाही. ती छोटीला छातीशी कवटाळण्यासाठी निघाली! छोटी मांडीवर झोपून गेली होती. उदयादित्यांनी दिवा मालवून टाकला. झोपलेल्या छोटीला मांडीवर घेऊन अंधाऱ्या महालात ते एकटे बसून राहिले. बाहेर सोसाट्याचा वारा सुटला होता. इकडे-तिकडे खटाखट आवाज होत होते. कुणाच्यातरी पायांचा आवाज झाला होता का? हो, पायांचाच आवाज! छातीत धडधडत होते, त्यामुळे आवाज नीटसा ऐकू येत नव्हता. दार उघडले गेले. महालात दिव्याचा उजेड शिरला. असे कधी शक्य होते का? हातात दिवा घेऊन एक स्त्री महालात गुपचूप शिरली. उदयादित्य डोळे मिटून म्हणाले, "कोण, सुरमा का?" कदाचित सुरमेला बघितले, तर ती निघून जायची. कदाचित सुरमा नसायची ही.

ती स्त्री दिवा खाली ठेवून म्हणाली, "का बरे, मला ओळखले नाहीत का?"

तो वज्रध्वनी ऐकून उदयादित्यांचे स्वप्न भंगले. चमकून उठत त्यांनी डोळे चोळले. छोटी जागी होऊन "काकाऽऽ" म्हणून किंचाळून रडू लागली. तिला बिछान्यावर टाकून उदयादित्य उठून उभे राहिले. काय करावे, कुठे जावे त्यांना काही सुचेना. रुक्मिणी जवळ येऊन मान वेळावत म्हणाली, "नाही, आता नाहीच आठवायचे. मग मागे आशा लावून आभाळात उचलून ठेवले होतेत, ते कशासाठी?" उदयादित्य निश्चल उभे राहिले. त्यांच्या तोंडून शब्द फुटेना.

मग रुक्मिणीने ब्रह्मास्त्र काढले. मुसमुसत ती म्हणाली, ''मी तुमचा काय अपराध केला होता की, मी तुमच्या डोळ्यांत सलायला लागले? माझा सर्वनाश तुम्हीच तर केलात! ज्या स्त्रीने युवराजांना कधी काळी तन-मन अर्पण केले, ती आज भिकारणीसारखी रस्तोरस्ती भटकते आहे. विधात्याने या फुटक्या कपाळावर हेच का लिहिले होते?''

उदयादित्यांच्या जणू मर्मावर आघात झाला. एकाएकी त्यांना वाटले, 'हिचा सर्वनाश मीच केला!' भूतकाळातील सत्य ते विसरून गेले होते. यौवनाच्या पहिल्या धुंदीत रुक्मिणीने पावलोपावली त्यांना कसे प्रलोभन दाखविले होते, रोज त्यांच्या वाटेत जाळे पसरून ती कशी बसून राहत असे, आपल्या मोहमय बाहूंनी वेढून एखाद्या भोवऱ्याप्रमाणे गरगर फिरवून अल्पावधीत तिने त्यांना अंधारात कसे लोटून दिले होते, हे सारे-सारे ते विसरून गेले होते. त्यांना दिसली रुक्मिणीची फाटकी, मलिन वस्त्रे. रुक्मिणी रडत होती. उदयादित्यांनी कणवेने तिला विचारले, ''काय हवेय तुला?''

रुक्मिणी म्हणाली, ''आणखी काही नको. फक्त माझे प्रेम मला हवेय. त्या खिडकीत बसून, तुमच्या छातीवर मस्तक ठेवून तुमचे प्रेम अनुभवायचे आहे मला. का बरे? सुरमेपेक्षा माझे तोंड काळे आहे की काय? आणि काळे झालेच असेल, तर ते तुमच्यासाठी रस्तोरस्ती भटकूनच! आधी ते एवढे काळे नव्हते!''

असे म्हणून रुक्मिणी उदयादित्यांच्या शय्येवर बसू लागली. उदयादित्यांना ते सहन झाले नाही. व्याकूळ होऊन ते म्हणाले, ''त्या बिछान्यावर बसू नकोस! बसू नकोस!''

घायाळ नागिणीप्रमाणे मान उंचावून रुक्मिणी म्हणाली, ''का नको बसू?''

उदयादित्य तिला अडवीत म्हणाले, ''नाही. त्या बिछान्याजवळ तू जाऊ नकोस. तुला काय हवे, ते मी आत्ता तुला देतो.''

रुक्मिणी म्हणाली. ''बरे, मग तुमच्या बोटातील ती अंगठी द्या.''

उदयादित्यांनी तत्क्षणी त्यांच्या बोटातली अंगठी काढून फेकली. ती उचलून रुक्मिणी बाहेर पडली. तिने विचार केला – 'त्या डाकिणीची भूल अजून उतरलेली नाही. आणखी काही दिवस जाऊ देत. मग माझा मंत्र लागू पडेल.'

रुक्मिणी निघून गेल्यावर उदयादित्य शय्येवर येऊन आडवे झाले. दोन्ही हातांनी चेहरा झाकून ते स्फुंदू लागले, ''सुरमे, कुठे आहेस तू? माझ्या पोळलेल्या हृदयाला शांती देणारे कोणी आहे का?''

२२

भागवतची अवस्था फारशी बरी नव्हती. तो गुपचूप बसून बऱ्याच दिवसांपासून सतत हुक्का ओढीत होता. भागवत जेव्हा हुक्का ओढण्यात तल्लीन होऊन जाई, तेव्हा शेजाऱ्यापाजाऱ्यांना काळजी वाटू लागे. जसजशी त्याच्या तोंडातून धुराची काळी-काळी वर्तुळे बाहेर पडत तसतसे त्याच्या मनात कुठलेतरी काळे कारस्थान शिजू लागे; पण भागवत माणूस मोठा तत्त्वाचा. तो कोणाबरोबर फारसा मिसळत नसे, एवढीच काय ती त्याच्यात खोट; एरवी तो जपाची माळ घेऊन बसे. फार बोलत नसे, दुसऱ्याच्या चहाड्या करीत नसे; परंतु कोणी जेव्हा महासंकटात सापडे, तेव्हा भागवतइतका चोख सल्ला देणे दुसऱ्या कोणालाच जमत नसे. भागवत स्वतःहून दुसऱ्याचे वाईट करीत नसे; परंतु दुसऱ्या कोणी त्याचे अनिष्ट केले, तर इहजन्मी भागवत ते कधीही विसरत नसे. त्याचा सूड घेऊन मगच तो हुक्का खाली ठेवी. थोडक्यात, भागवत हा जगात ज्याला भला माणूस म्हणता येईल, अशा प्रकारचा होता. गावातले लोक त्याला मानत. परिस्थिती खालावल्यामुळे तो कर्जबाजारी झाला होता, पण भांडीकुंडी विकून त्याने सर्व कर्जे फेडली होती.

एके दिवशी सकाळी सीताराम येऊन भागवतला विचारू लागला –

“कसेकाय चाललेय दादा? बरे आहात ना?”

भागवत म्हणाला, “बरा नाहीये.”

सीताराम म्हणाला, “असे! का बरे?”

भागवत काही क्षण तंबाखूचा धूर ओढून सीतारामच्या हाती हुक्का देत म्हणाला, “फार ओढाताण चालली आहे.”

सीताराम म्हणाला, “खरे की काय? पण असे झाले कसे?”

भागवत मनोमन किंचित रुष्ट होऊन म्हणाला, “झाले कसे? ते आता तुलादेखील सांगावे लागेल की काय? मला तर वाटले होते, माझी आणि तुझी दशा सारखीच आहे!”

सीताराम काहीसा ओशाळून म्हणाला, "नाही, तसे म्हणणे नाही माझे. मी म्हणतो, तुम्ही कर्ज का नाही काढत?"

भागवत म्हणाला, "कर्ज काढले, तरी फेडावे लागतेच. फेडू कुठून? विकण्यासारखे किंवा गहाण ठेवण्यासारखे आता फारसे काही उरले नाहीये."

सीताराम अभिमानाने म्हणाला, "किती पैसे हवेत तुम्हाला कर्जाऊ? मी देतो."

भागवत म्हणाला, "व्वा! इतके पैसे असतील, तर थोडेसे पाण्यात टाकल्याने काही फरक पडणार नाहीये. थोडे मला दे; पण आधीच सांगून ठेवतो, माझी कर्ज फेडण्याची ताकद नाही."

सीताराम म्हणाला, "त्याची तुम्ही काळजी करू नका."

सीतारामकडून अशा तऱ्हेने मदतीचे आश्वासन मिळाल्याने मैत्रीच्या उमाळ्याने भागवत गहिवरून आला, असे मात्र नाही. आणखी तंबाखू भरून तो गप्प बसून चिलीम ओढू लागला.

सीतारामाने हळूहळू गोष्ट काढली – "दादा, राजाच्या अन्यायाच्या निवाड्याने आपल्या पोटावर पाय आला."

भागवत म्हणाला, "का बरे? तुझ्याकडे बघून तसे वाटत तरी नाही."

सीतारामचा बढाईखोरपणा भागवतला फारसा सहन झाला नव्हता. उलट मनोमन तो रागावला होता.

सीताराम म्हणाला, "नाही, तसे नाही. मी पुढची गोष्ट करतोय. आज नाही, तरी दहा दिवसांनंतर तरी फाके पडतीलच."

भागवत म्हणाला, "आता राजाने चुकीचा निवाडा केला, त्याला आपण काय करणार?"

सीताराम म्हणाला, "आहा! युवराज जेव्हा राजे होतील, तेव्हा यशोहरमध्ये रामराज्य येईल. आपण तोवर जगलो-वाचलो म्हणजे मिळवले!"

भागवत भडकून म्हणाला, "ह्या सगळ्या गोष्टींशी आपल्याला काय घेणे-देणे आहे? तू बडा माणूस असलास, तर आपल्या घरात बसून बुद्धिबळ खेळ; ते साजरे दिसेल. मी पडलो गरीब माणूस! माझी इतकी हिम्मत नाही."

सीताराम म्हणाला, "रागावता कशाला दादा? जरा लक्षपूर्वक ऐकत का नाही?" असे म्हणून हळूहळू तो त्याला काहीतरी सांगू लागला.

भागवत संतापाने उसळून म्हणाला, "हे पाहा सीताराम, मी तुला स्पष्ट सांगतो, असल्या गोष्टी माझ्यासमोर तोंडातून बाहेरसुद्धा काढू नकोस."

सीताराम त्या दिवशी निघून गेला, पण भागवतने दिवसभर खूप विचार केला आणि दुसऱ्या दिवशी सकाळी तो स्वतः सीतारामाकडे गेला. सीतारामाला म्हणाला,

"काल तू सांगत होतास, ती मोठी मतलबाची गोष्ट होती.''

सीताराम अभिमानाने फुलून म्हणाला, ''होय ना दादा? पटले ना?''

भागवत म्हणाला, ''त्याच विषयावर तुझ्याशी सल्लामसलत करायला मी आज आलोय.''

सीताराम आणखी चढून गेला. पुष्कळ दिवस ही सल्लामसलत रोज सुरू राहिली.

सल्लामसलत करून ठरले ते असे – प्रतापादित्य सम्राटाच्या विरुद्ध बंड करून युवराज स्वत: राज्य हस्तगत करण्यासाठी अर्ज करताहेत, असा एक बनावट अर्ज युवराजांच्या नावे लिहायचा. त्यावर युवराजांची मुद्रा उमटवलेली असेल. रुक्मिणी जी अंगठी घेऊन आली होती, त्यावर युवराजांच्या नावाची मुद्रा होती. त्याने पुष्कळसे काम साधण्यातले होते.

ठरल्याप्रमाणे काम झाले. एक बनावट अर्ज लिहिला गेला, त्यावर युवराजांची मुद्रा उमटवली गेली. मूर्ख सीतारामावर भरवसा ठेवता येण्याजोगा नव्हता, म्हणून असे ठरले की, भागवतने अर्ज घेऊन दिल्लीश्वरांच्या हाती स्वत: सोपवावा.

तो बनावट अर्ज घेऊन भागवत दिल्लीच्या दिशेने न जाता प्रतापादित्यांकडे गेला. महाराजांना म्हणाला, ''उदयादित्यांचा एक नोकर हा अर्ज घेऊन दिल्लीच्या दिशेने जात होता. मला कुठूनशी खबर मिळाली. आता हा नोकर राज्य सोडून पळून गेला आहे. तोच अर्ज घेऊन मी महाराजांकडे आलो.'' भागवतने सीतारामचे नाव घेतले नाही. अर्ज वाचून प्रतापादित्यांची काय अवस्था झाली, ते सांगण्याची गरज नाही. भागवतला राजवाड्यातली नोकरी पुन्हा मिळाली.

२३

विभाच्या मनात अंधार भरून राहिला होता. मर्मभेदी भविष्यकाळातले जाणवणारे दुःख, अथांग वाळवंटासारखी निराशा अन् आयुष्यातल्या सगळ्या सुखांवर सोडलेले पाणी हे सारे तिच्यापुढे वाढून ठेवलेले तिला दिसत होते; ते क्षणाक्षणाला तिच्या जवळ सरकत होते. आयुष्य शून्यवत् करणाऱ्या, चराचराला गिळून टाकणाऱ्या, शुष्क, असीम भविष्यातील प्राक्तनाची भीती, त्याची सावली जणू विभाच्या प्राणावर पडली होती. विभाचे मन अस्वस्थ झाले होते. ती बिछान्यात एकटी पडून होती. या वेळी विभेजवळ कोणी नव्हते. तिने निःश्वास सोडला. ती रडू लागली आणि व्याकूळ होऊन उद्गारली, ''मला का बरे टाकून दिलेत? मी तुमचा काय अपराध केला होता?'' रडत-रडत ती म्हणू लागली, ''मी काय अपराध केला होता?'' दोन्ही हातांनी तोंड झाकून घेऊन, छातीशी उशी घेऊन मुसमुसत ती पुनःपुन्हा म्हणाली, ''मी काय केले आहे? एकसुद्धा पत्र नाही, एकही माणूस धाडला नाहीत. कोणाच्या तोंडी खुशाली कळत नाही. मी करू तरी काय? काळीज फाटून तडफडत दिवसभर मी या महालातून त्या महाली भिरभिरत राहते. कोणी तुमची खुशाली कळवत नाही, कोणाच्या तोंडी तुमचे नाव ऐकू येत नाही. आई आई गं, कसे दिवस काढू मी?''

असे पुष्कळ दिवस गेले. अशा किती दुपारी, किती संध्याकाळी, किती रात्री विभा सोबतीवाचून, राजवाड्यातील भकास महालांमधून एखाद्या क्षीण सावलीप्रमाणे हिंडत राहिली.

अशा वेळी एके दिवशी सकाळी राममोहनने येऊन, ''माँचा विजय असो!'' म्हणून प्रणाम केला, तेव्हा विभा इतकी दचकली की, जणू तिच्या माथ्यावर सुखाची वीजच कोसळली! तिच्या डोळ्यांतून पाणी वाहू लागले. ती चकित होऊन म्हणाली, ''मोहन, तू आलास?''

''होय माँ! बघितले की, माँ तर आम्हाला विसरून गेल्या आहेत. म्हटले

आपणच जाऊन एकदा आठवण द्यावी.''

विभेला किती काहीबाही प्रश्न विचारायचे मनात होते, पण लाजेमुळे ती बोलली नाही. विचारू-विचारू म्हणून बोलायचे राहून गेले आणि दुसरीकडे उत्तरासाठी प्राण व्याकूळ होत राहिले.

राममोहन विभेच्या मुखाकडे पाहून म्हणाला, ''काय हो माँ, तुमचे मुख एवढे मलिन कशाने झालेय? डोळ्यांभोवती काळे झालेय. तोंडावर हसू नाही. केस भरभरीत झाले आहेत. चला माँ, आपल्या घरी चला. इथे तुमचे मायेने करणारे कुणी नाहीसे दिसतेय.''

विभा म्लान हसली. काही बोलली नाही. हसता-हसता तिचे हसू मावळले; डोळ्यांतून पाणी वाहू लागले. तिच्या सुकलेल्या गालांवरून घळघळा अश्रू वाहू लागले, ते थांबेनात. पुष्कळ दिवस कोरडे गेल्यावर कोणी थोडीशी मायेने विचारपूस केली, तर मन भरून येते. अशा अतिकोमल, मृदू-प्रेमळ भावनेने विभा रडू लागली. मनोमन म्हणाली, 'इतक्या दिवसांनी माझी आठवण झाली होय?'

राममोहनला आता राहवले नाही. त्याचे ही डोळे भरून आले. तो म्हणाला, ''हे काय अवलक्षण! माँ लक्ष्मी, तुम्ही हसतमुखाने आपल्या घरी चला. आजच्या शुभ दिवशी डोळ्यांतले पाणी पुसा पाहू.''

महाराणींना मनोमन भीती वाटत होती – 'न जाणो, मुलीला नांदवायला जावई तयार झाला नाही तर?' राममोहन विभेला घेऊन जायला आला आहे, हे ऐकून त्यांना अत्यंत आनंद झाला. त्यांनी राममोहनला बोलावून जावयांच्या घरचे कुशल विचारले. राममोहनला विशेष काळजीपूर्वक खाऊपिऊ घातले. राममोहनच्या गप्पागोष्टी ऐकल्या. आनंदात दिवस गेला. दुसऱ्या दिवशी प्रवासासाठी चांगला मुहूर्त होता, म्हणून विभेला लगेचच पाठवायचे ठरले. प्रतापादित्यांनी त्यावर काही आक्षेप घेतला नाही.

प्रवासाची सगळी तयारी पूर्ण झाल्यावर विभा उदयादित्यांकडे गेली. उदयादित्य एकटेच बसून कसलासा विचार करीत होते.

विभेला बघून अचानक किंचित दचकत उदयादित्य म्हणाले, ''विभा, चाललीस तर तू! चला, चांगलेच झाले. तू सुखाने राहशील. माझा आशीर्वाद आहे की, लक्ष्मीस्वरूपा होऊन पतीचे घर उजळून टाकशील!''

उदयादित्यांच्या पायापाशी बसून विभा रडू लागली. उदयादित्यांच्या डोळ्यांतून अश्रू वाहू लागले. विभेच्या माथ्यावर हात ठेवून ते म्हणाले, ''कशासाठी रडतेस? इथे तुला कोणते सुख होते विभा? चारी बाजूंनी केवळ दुःख, कष्ट अन् शोक! या कारागारातून सुटलीस तू! तू बचावलीस!'' विभा तिथून उठली, तेव्हा उदयादित्य म्हणाले, ''निघालीस? ये तर मग. पतीच्या घरी जाऊन आम्हाला अगदीच विसरून

जाऊ नकोस हं! कधीतरी आठवण काढ, अधूनमधून खुशाली कळव.''

तिथून उठून विभा राममोहनजवळ जाऊन म्हणाली, ''मी नाही आत्ता येऊ शकत.''

राममोहन विस्मित होऊन म्हणाला, ''हे काय बोलताय तुम्ही माँ!''

विभा म्हणाली, ''नाही, मी जाऊ शकत नाही. आत्ता इथे दादाला एकटा टाकून मी जाऊ शकत नाही. माझ्यामुळेच त्याला इतके कष्ट, इतके दुःख सोसावे लागतेय आणि मी त्याला इथे टाकून देऊन सुख भोगण्यासाठी जाऊ? त्याच्या मनाला जोवर तिळमात्रही कष्ट आहे, तोवर मी इथे त्याच्याबरोबरच राहीन. माझ्यासारखी त्याची काळजी कोण घेईल?'' असे म्हणून विभा रडत निघून गेली.

अंतःपुरात एकच हलकल्लोळ माजला. महाराणींनी येऊन विभेला खडसावले, तिला पुष्कळ भीती घातली, तिची नाना प्रकारे समजूत घातली. विभा फक्त इतकेच म्हणाली, ''नाही माँ, मी जाणार नाही.''

महाराणी संतापाने, त्राग्याने रडत म्हणाल्या, ''अशी मुलगी कधी कुठे पाहिली नाही!'' त्यांनी महाराजांकडे जाऊन सगळे सांगितले. महाराज अत्यंत शांतपणे म्हणाले, ''बरेय तर! विभेची जर इच्छा नसेल, तर तिने कशासाठी जावे?''

महाराणी अवाक होऊन हात उलटे करून धीर सोडीत म्हणाल्या, ''तुमची जशी इच्छा असेल तसे करा. मी आता कशातही पडणार नाही.''

उदयादित्य सगळं ऐकून चकित झाले. त्यांनी येऊन विभेला नाना प्रकारे समजावले. विभा गप्प राहून मुसमुसू लागली. तिची समजूत काही पटली नाही.

हतबद्ध राममोहन येऊन म्लानमुखाने म्हणाला, ''माँ, येतो मग. महाराजांना जाऊन काय सांगू?''

विभा काही बोलू शकली नाही. कित्येक क्षण निरुत्तर होती.

राममोहन म्हणाला, ''मग मी चलतो माँ!'' असे म्हणून प्रणाम करून तो उठून गेला. विभा अत्यंत व्याकूळ होऊन रडू लागली. कातर सुरात तिने हाक मारली, ''मोहन ऽऽ!''

मोहन परत फिरून विभेजवळ येऊन म्हणाला, ''काय माँ?''

विभा म्हणाली, ''महाराजांना सांग, मला क्षमा करावी. त्यांनी स्वतः बोलावले, तरीही मी जाऊ शकले नाही, ते केवळ माझ्या फुटक्या नशिबामुळेच!''

राममोहन कोरडेपणाने म्हणाला, ''जशी आज्ञा!''

पुन्हा एकदा प्रणाम करून राममोहन निघून गेला. विभेला समजले की, तिच्या मनातला भाव राममोहनला मुळीच समजला नव्हता. त्याला तिचे वागणे संशयास्पद वाटले होते. एक तर विभेचे प्राण जिथे जाऊ पाहत होते, तिथे विभा जाऊ शकली नाही. त्या उपर, तिची ज्याच्यावर खरोखरी माया होती, तो राममोहन आज रागावून

निघून गेला होता. विभेच्या प्राणांची काय अवस्था झाली होती, ते विभाच जाणत होती!

विभा निर्विकारपणे तिथेच राहिली. डोळ्यांतले पाणी पुसून, काळजावर दगड ठेवून ती तिच्या दादाजवळ थांबली. एखाद्या म्लान, जीर्ण छायेप्रमाणे मुकाट्याने ती सारी कामे करी. उदयादित्यांनी प्रेमाने, स्नेहाने काही म्हटले, तर नजर झुकवून ती अस्फुटसे हसे. संध्याकाळच्या वेळी उदयादित्यांच्या पायाशी बसून काहीतरी संभाषण करण्याचा ती प्रयत्न करी. महाराणी चिडून जेव्हा काही बोलत, तेव्हा ती उभे राहून मुकाटपणे ऐके आणि शेवटी एखाद्या मलिन ढगाप्रमाणे विरून जाई. विभेची हनुवटी धरून जेव्हा कोणी म्हणे, ''विभा, तू एवढी वाळलीस कशाने?'' तेव्हा विभा काही बोलत नसे; केवळ म्लानपणे हसे.

याच वेळी भागवतने पूर्वोक्त नकली अर्ज नेऊन प्रतापादित्यांना दाखविला. प्रतापादित्य भडकले. नंतर पुष्कळ मसलत करून उदयादित्यांना तुरुंगाआड करण्याची त्यांनी आज्ञा दिली. मंत्री म्हणाले, ''महाराज, युवराज असे काही करतील, यावर काही केल्या विश्वास बसत नाही. जो ऐकेल, तो जीभ चावून म्हणतोय, असे काही ऐकूसुद्धा नये. युवराज अशी गोष्ट करतील यावर विश्वास ठेवता येत नाही.'' प्रतापादित्य म्हणाले, ''माझासुद्धा फार विश्वास नाहीये बसत. तरीही कारागृहात ठेवायला काय हरकत आहे? तिथे त्यांना काही त्रास दिला नाही, म्हणजे झाले. केवळ त्यांना गुपचूप काही करता येऊ नये, म्हणून पहारा ठेवायचा.''

२४

चंद्रद्वीपाला परतून, हात जोडून राममोहन अपराध्याप्रमाणे एकटाच रामचंद्ररायांच्या समोर उभा राहिला. तेव्हा त्यांच्या सर्वांगाची आग झाली. त्यांनी ठरवून ठेवले होते, विभा आल्यावर तिला प्रतापादित्य आणि त्यांचे खानदान या संबंधाने चार-दोन कठोर गोष्टी सुनवायच्या आणि सासऱ्यांवरचा सूड उगवायचा. काय काय बोलायचे, कशा पद्धतीने बोलायचे, कधी बोलायचे, सगळे त्यांनी मनोमन नक्की करून ठेवले होते. रामचंद्रराय असभ्य नव्हते अन् विभेला कोणत्याही प्रकारे त्रास देण्याचाही त्यांचा इरादा नव्हता. केवळ विभेला तिच्या पित्यासंबंधी अधूनमधून मनाला झोंबेल असे बोलायचे, या आनंदातच ते चूर होते. इतकेच काय, या आनंदाच्या भरात, विभेच्या येण्यामध्ये काही अडचण येऊ शकेल, हे त्यांच्या मनात-देखील आले नाही. अशा वेळी राममोहनला एकटाच आलेला पाहून रामचंद्रराय अत्यंत चकित होऊन उद्गारले, "काय झाले राममोहन?"

राममोहन म्हणाला, "सगळेच निष्फळ झाले."

राजे चमकून म्हणाले, "तिला आणायला तुला जमले नाही?"

राममोहन खाली मान घालून म्हणाला, "नाही महाराज, मी कुमुहूर्तावर प्रवासाला निघालो असणार!"

राजे अत्यंत क्रुद्ध होऊन म्हणाले, "बेट्या, तुला कोणी सांगितले होते तिकडे जायला? तुला पुनःपुन्हा मनाई केली होती, पण तेव्हा तू अगदी छाती फुगवून गेलास; आणि आता...."

राममोहन कपाळाला हात लावून म्लान मुखाने म्हणाला, "महाराज, माझेच नशीब फुटके!"

रामचंद्रराय आणखीनच भडकून म्हणाले, "रामचंद्ररायाचा अपमान? बेट्या, तू माझ्या नावाने काहीतरी मागणे मागायला गेलास आणि प्रतापादित्यांनी ते दिले नाही! इतका मोठा अपमान आमच्या घराण्यात आजवर कुणाचा कधीच झाला नव्हता."

त्यावर राममोहन खाली घातलेली मान वर करून काहीशा अभिमानाने म्हणाला, ''तसे म्हणू नका महराज! प्रतापादित्यांनी पाठविले नसते, तर मी त्यांना बळजबरीने आणले असते. ते मी आपल्याला सांगूनच गेलो होतो. महाराज, मी आपल्या आदेशाचे पालन करण्यासाठी गेलो होतो. मी काय प्रतापादित्यांना घाबरतो की काय? प्रतापादित्य राजे असतील, पण ते काही माझे महाराज नव्हेत.''

राजे म्हणाले, ''मग काम का झाले नाही?''

राममोहन अनेक क्षण गप्प राहिला. त्यांच्या डोळ्यांत पाणी तरळले.

राजे अधीर होऊन म्हणाले, ''राममोहन, लवकर बोल!''

राममोहन हात जोडून म्हणाला, ''महाराज!''

राजे म्हणाले, ''बोल काय ते. ''

राममोहन खिन्नपणे म्हणाला, ''महाराज, माँ-ठाकुराणींची स्वत:ची येण्याची इच्छा नव्हती.''

बोलताना राममोहनचे डोळे वाहू लागले. मुलाच्या दुखावलेल्या अहंकाराचे हे अश्रू असावेत. बहुधा या अश्रूंचा अर्थ – 'माँबद्दल मला इतका विश्वास होता. त्या विश्वासाच्या जोरावर छाती फुगवून, आनंदाने मी माँना आणायला गेलो आणि माँ आल्या नाहीत, माँनी माझा मान ठेवला नाही.' कुणास ठाऊक, आणखी काय मनात आल्याने राममोहनच्या डोळ्यांतील पाणी खळेना.

ही गोष्ट ऐकून राजे तत्काळ उठून उभे राहून, डोळे मोठे करून उद्गारले, ''खरे की काय!'' अनेक क्षण त्यांच्या तोंडून आणखी शब्द फुटला नाही.

''येण्याची इच्छा नव्हती? खरे की काय? बेट्या, तू नीघ–नीघ! माझ्या समोरून चालता हो!''

राममोहन एकही शब्द न बोलता बाहेर निघून गेला. सगळी चूक त्याचीच होती, हे त्याला मान्य होते. मग योग्य शिक्षा मिळण्यात काहीच वावगे नव्हते.

याचा सूड कसा घ्यावा, हे विचार करकरूनही राजांना सुचेना. ते प्रतापादित्यांचे काहीही वाकडे करू शकत नव्हते अन् विभाही शिक्षा करण्याइतकी जवळ नव्हती. रामचंद्रराय अस्वस्थ होऊन फेऱ्या घालू लागले.

दोन दिवसांमध्ये ही बातमी निरनिराळ्या स्वरूपात चहूकडे पसरली. परिस्थिती अशी होऊन बसली की, सूड घेतल्यावाचून आता अब्रू राहत नाही! एवढेच काय, प्रजाजनदेखील सूड घेण्यासाठी उतावीळ झाले. ते म्हणू लागले, ''आमच्या महाराजांचा अपमान?'' अपमानाच्या जणू सगळ्यांना मिरच्याच झोंबल्या होत्या. रामचंद्ररायांच्या स्वभावातच सूडाची भावना बळकट होती. त्यात त्यांना वाटू लागले, आपण सूड घेतला नाही तर प्रजाजनांना काय वाटेल? नोकरांना काय वाटेल? रमाई भांडला काय वाटेल. या गोष्टीवरून रमाई इतर कुणापाशी थट्टामस्करी

करतोय, अशी कल्पना करून ते अतिशय अस्वस्थ होत.

एके दिवशी मंत्र्यांनी राजसभेत प्रस्ताव मांडला – "महाराज, आपण आणखी एक विवाह करावा."

रमाई भांड म्हणाला, "आणि प्रतापादित्याच्या मुलीला तिच्या भावाला घेऊन बसू दे."

राजे रमाईकडे पाहून हसून म्हणाले, "बरोबर बोललास रमाई!" राजांना हसताना पाहून सर्व सभासद हसू लागले. एकटा फर्नांडिस तेवढा वैतागला; तो हसला नाही. रामचंद्ररायांसारखी माणसे अब्रूरक्षणार्थ सतत सजग असतात; पण अब्रू कशाला म्हणतात आणि ती कशी सांभाळावी, ही अक्कल त्यांना नसते.

दिवाणजी म्हणाले, "मंत्रीमहाशय बरोबर बोलतायत. असे केल्याने प्रतापादित्य आणि त्यांच्या मुलीला कठोर शिक्षा केल्यासारखे होईल."

रमाई भांड म्हणाला, "या शुभकार्यात आपल्या या श्वशुरमहाशयांना एक आमंत्रणपत्र पाठवायला विसरू नका. न जाणो, त्यांना मनातून दुःख व्हायचे." असे म्हणून रमाईनं डोळा बारीक केला. राजसभेतले सर्व जण हसू लागले. जे दूर बसले होते, ज्यांना ही गोष्ट ऐकू आली नाही; त्यांनाही हसल्यावाचून मुळीच राहवले नाही.

रमाई म्हणाला, "औक्षण करण्यासाठी ज्या सौभाग्यवती स्त्रिया लागतील, त्यांपैकी यशोहरहून आपल्या सासूबाईंना निमंत्रण पाठवावे आणि मिष्टान्नम् इतरेजना: प्रतापादित्याच्या मुलीला जेव्हा थाळ्या भरून मिष्टान्न पाठवाल, तेव्हा त्याबरोबर दोन केळीचे खुंट* पाठवून द्या."

राजे हसून लोळू लागले. सभासद उपरण्याने तोंडे झाकून, तोंड मिटून हसू लागले. कोणाचे लक्ष नाहीसे पाहून फर्नांडिस उठून निघून गेला.

दिवाणजींनी पुन्हा मस्करी करण्याचा प्रयत्न केला. म्हणाले, "मिष्टान्नम् इतरेजना: – इतरांच्या म्हणजे परक्यांच्या भाग्यातच जर मिष्टान्न असेल, तर मग यशोहरातच सगळे मिष्टान्न संपून जाईल. चंद्रद्वीपात खाण्याएवढं मिष्टान्न उरणारच नाही!"

या गोष्टीवर मात्र कोणीही हसले नाही. राजे गप्प राहून गुडगुडी ओढू लागले. सभासद गंभीर झाले. रमाईने दिवाणाच्या दिशेने चकित होऊन एकदा पाहिले. इतकेच काय, एका अमात्यांनी खास प्रश्न केला, "हे काय बोलणे दिवाणजी महाशय! राजांच्या विवाहात मिष्टान्नांची तरतूद इतकी अल्पशी थोडीच असेल?" दिवाणजी महाशय डोके खाजवू लागले.

विवाहाची गोष्ट मात्र पक्की ठरून गेली.

---

* लग्नसमारंभात शुभसूचक म्हणून दारावर केळीचे खुंट लावण्याची पद्धत असे.

२५

उदयादित्याला जिथे बंदिवासात ठेवले होते, ती जागा म्हणजे मुळातली कोठडी नव्हती; प्रासादाला लागून असलेली ती एक छोटीशी बंगली होती. बंगलीच्या अगदी उजवीकडे एक राजरस्ता आणि तिच्या पूर्वेकडे एक प्रशस्त तट होता. त्या तटावरून पहारेकरी गस्त घालीत, पहारा करीत. खोलीला एक अतिशय लहानशी खिडकी होती. त्यातून थोडेसे आकाश, एक बांबूचे झाड आणि एक शिवमंदिर दिसत असे. उदयादित्यांनी या कारागारात पहिल्यांदा पाय ठेवला, तेव्हा संध्याकाळ उलटून गेली होती. ते खिडकीवर डोके ठेवून जमिनीवर बसले. पावसाळ्याचे दिवस! आकाशात ढगांची दाटी झाली होती. रस्त्यात पाणी साचले होते. रात्रीच्या शांततेत चुकूनमाकून जाणाऱ्या एखाददुसऱ्या वाटसरूच्या पावलांचा छपछप आवाज येत होता. हृदयाच्या ठोक्यांचा आवाज असावा त्याप्रमाणे पूर्व दिशेकडून कारागृहाच्या पहारेकऱ्यांचा पायरव सतत कानी येत होता. आकाशात एकही तारा नव्हता. उदयादित्य ज्या झाडाकडे टक लावून पाहत होते, ते अचानक काजव्यांनी अगदी फुलून गेले. त्या रात्री मग उदयादित्य झोपले नाहीत. खिडकीजवळ बसून पहारेकऱ्यांना अविरत पायरव ऐकू लागले.

संध्याकाळच्या वेळी अंतःपुरातल्या बागेत विभा गेली होती. प्रासादात जणू लोकांची फारच दाटी झाली होती. चहू दिशांना दासदासी, चहू दिशांना आत्यामावशा! प्रत्येक वाक्याला 'काय झाले, कसे झाले'ची चौकशी सुरू होती. प्रत्येक अश्रूचा हिशेब मागितला जात होता. प्रत्येक दीर्घ निःश्वासावर विस्तृत टीका आणि स्पष्टीकरणे दिली जात होती. विभेला हे सगळे सहन होईना, म्हणून ती निसटून बागेत आली होती. सूर्य आज ढगांआडूनच उगवला होता आणि ढगांआडच अस्तास गेला होता. दिवस कधी मावळला आणि संध्याकाळ कधी झाली, ते तिला समजलेही नव्हते. संध्याकाळच्या वेळी पश्चिम दिशेला सोनेरी रेषा उमटली होती, पण दिवस मावळताना ती विरून गेली. अंधार घनदाट होऊ लागला. दशदिशा

झाकोळून गेल्या. ओळीने असलेल्या सुरूच्या दाट बनांतून फांद्यांच्या वर इतका अंधार दाटला होता की, फांद्या एकमेकींत मिसळून गेल्या आहेत अन् सहस्र लांबलचक पायांवर भार देऊन प्रचंड विस्तृत निःस्तब्ध अंधार त्यावर रेलला आहे, असे वाटत होते. हळूहळू रात्र होऊ लागली. राजवाड्यातले दिवे एकेक करून मालवले गेले.

विभा सुरूच्या झाडाखाली बसली होती. ती स्वभावाने भित्री होती, पण आज तिच्या मनात भीती नव्हती. जसजसा अंधार दाटू लागला तसतसे कुणीतरी आपले सारे विश्व हिसकावून घेत आहे, असे तिला वाटू लागले. सुख-शांतीपासून, जगाच्या किनाऱ्यावरून कोणीतरी तिला ढकलून दिले आहे, तळ नसलेल्या खोल अंधाराच्या समुद्रात ती पडली आहे असे तिला वाटू लागले. मध्येच ती तरंगे, मध्ये गटांगळ्या खाई, मध्येच बुडे. डोक्यावरचा अंधार मात्र हळूहळू वाढतच होता. पायाखालची जमीन निसटली होती. चारी दिशांना काहीही नव्हते. किनारा, आसरा, जगत्संसार सारे हळूहळू अधिकाधिक दूर सरत चालले होते. विभेला वाटू लागले की, तिच्यासमोर एक प्रचंड पडदा आकाशाच्या दिशेने सरकतो आहे. त्याच्या पलीकडे खूपकाही होते. तिचे प्राण व्याकूळ झाले. तिला पलीकडचे जणू सगळे दिसत होते. तिथला झळाळणारा सूर्यप्रकाश, तिथली गंमतजंमत, उत्सव सारे तिला दिसत होते. मात्र कुणीतरी निष्ठुरपणे कठोर हातांनी तिला धरून ठेवीत होते. आपली छाती फोडून त्या व्यक्तीला विनवले, तरी ती विभेला पलीकडे जाऊ देत नव्हती. विभेला जणू आज दिव्य दृष्टी प्राप्त झाली होती. चराचराला व्यापून राहिलेल्या घनघोर अंधारावर विधात्याने जणू तिचे विधिलिखित लिहून ठेवले होते. अफाट जगात एकाकी बसून विभा तिच्या नियतीचा लेख वाचीत होती; तिच्या डोळ्यांत एकही अश्रू नव्हता. तिची कुडी स्थिर होती. डोळे पाणावलेले होते.

रात्रीच्या दुसऱ्या प्रहरानंतर वारा सुटला. अंधारात झाडांच्या फांद्या सळसळू लागल्या. दूरवर वारा एखाद्या बालकाच्या सुरात रडू लागला. विभेला असा भास होऊ लागला की, दूर-दूरवरच्या समुद्रतीरी बसून विभेच्या अगदी विशेष मायेची, स्नेहातली प्रेमाची बाळे दोन्ही हात पसरून रडत आहेत, व्याकूळ होऊन विभेला हाका मारीत आहेत. त्यांना विभेच्या कुशीत शिरायचे आहे, पण त्यांना समोरचा रस्ता दिसत नाहीये. शत योजने, लक्ष योजने पसरलेला गाढ नीरव अंधार भेदून जणू विभेच्या कानांवर त्यांचे क्रंदन पोचत होते. विभेचे प्राण व्याकूळ होऊन म्हणत होते, 'कोण आहात रे तुम्ही? का रडताहात? कुठे आहात तुम्ही?' मनोमनी विभा जणू त्या लक्ष-लक्ष योजने लांबीच्या अंधाऱ्या वाटेवरून एकाकी यात्रा करीत होती. सहस्र वर्षांपासून जणू ती अविश्रान्त भटकत होती. वाट संपत नव्हती अन् वाटेत कुणी भेट ही नव्हते. निर्वात, निःशब्द, दिवस-रात्रीविहीन, जनशून्य, तारकारहित

दिशाहीन महाअंधकारामध्ये उभी राहून चोहोबाजूंनी ऐकू येणारे क्रंदन तेवढे ती ऐकू शकत होती. दुरून वाऱ्याचा ध्वनी तेवढा येत होता.

सारी रात्र अशा तऱ्हेने झोपेवाचून सरली. दुसऱ्या दिवशी कारागारात उदयादित्याकडे जाण्याचा विभेने जीव तोडून प्रयत्न केला, पण तिला तिथे जाण्यास मनाई करण्यात आली होती. ती दिवसभर पुष्कळ रडली. शेवटी स्वत: प्रतापादित्याकडे गेली. विभेने त्यांच्या पायांना मिठी घातली. पुष्कळ विनवण्या केल्यावर तिला परवानगी मिळाली. दुसऱ्या दिवशी उजाडतेय न उजाडतेय तोच विभेने बिछाना सोडून कारागारात प्रवेश केला.

तिला दिसले की, उदयादित्य बिछान्यावर नव्हे, तर जमिनीवर बसून, खिडकीत डोके ठेवून झोपले होते. ते पाहून विभेचे प्राण कासावीस झाले व तिला हंबरडा फोडावासा वाटला. अतिशय कष्टाने तिने रडू आवरले. हलक्या पावलांनी, आवाज न करता ती उदयादित्यांजवळ जाऊन बसली. हळूहळू पहाट फुटली. जवळच्या बागेतली पाखरे गाऊ लागली. रात्रीच्या जागरणाने थकलेला एखाद-दुसरा पहारेकरी उजेड पाहून हलक्या आवाजात गाऊ लागला. शेजारच्या मंदिरातून शंख-घंटांचा निनाद उठला.

उदयादित्य एकाएकी दचकून जागे झाले. विभेला पाहताच ते म्हणाले, ''अगं विभा, तू एवढ्या सकाळी!'' खोलीत चोहीकडे पाहून म्हणाले, ''हे काय? मी कुठे आहे?'' आपण कुठे आहोत, हे त्यांना लगेचच आठवले. विभेकडे पाहून, नि:श्वास टाकून ते म्हणाले, ''हं! तू आलीस तर विभा! काल दिवसभर तू दिसली नाहीस. मला वाटले, आता बहुधा तुम्ही लोक मला दिसणारच नाहीत.''

उदयादित्याजवळ येऊन, डोळे पुसून विभा म्हणाली, ''दादा, जमिनीवर का बसला आहेस? पलंगावर बिछाना घालून ठेवला आहे. तू एकदाही त्या बिछान्यावर बसलाही नाहीयेस, असे वाटतेय त्याच्याकडे बघून. दोन दिवसांपासून जमिनीवरच बसतो आहेस वाटते?'' बोलता-बोलता विभा रडू लागली.

उदयादित्य हळुवारपणे म्हणाले, ''पलंगावर बसल्यावर मला आकाश दिसत नाही गं विभा. या खिडकीतून आकाशाकडे पाहताना उडणारे पक्षी दिसतात, तेव्हा वाटते, एक दिवस माझादेखील पिंजरा तुटेल, त्या पक्ष्यांप्रमाणे मीही एक दिवस त्या अनंत आकाशात मनसोक्त विहार करीत राहीन. खिडकीपासून बाजूला सरकलो की, चहूबाजूंचा अंधार दिसतो. मग एक दिवस माझी सुटका होईल, कधीतरी मुक्तता मिळेल हेही मी विसरून जातो. आयुष्यात कधीतरी ही बेडी तुटेल, कारागारातून सुटका होईल, असे वाटतच नाही. विभा, या कारागारातली ही एवढीच दोन हात जमीन आहे, जिथे बसल्यावर मी जन्मत:च स्वतंत्र आहे, कुणीही राजा-महाराजा मला बंदी करून ठेवू शकणार नाही, हे मला जाणवते. आणि तिकडे

तो जो मऊ बिछाना आहे ना, तो आहे माझा तुरुंग!''

विभेला अशी अवचित आलेली पाहून उदयादित्यांना मनातून अतिशय आनंद झाला होता. विभा त्यांच्या नजरेला पडताच जणू त्यांच्या कारागाराची सारी दारे सताड उघडली. त्या दिवशी विभेला जवळ बसवून तिच्याशी त्यांनी इतक्या गोष्टी केल्या, जितक्या कारागारात येण्यापूर्वी कधीच केल्या नव्हत्या. विभेला उदयादित्यांचा हा आनंद मनोमन उमजला. हे असे 'या हृदयीचे त्या हृदयी उमटले' कसे होते, एका हृदयीची गोष्ट दुसऱ्या हृदयी कशी पोचते, कोण जाणे! विभेचे हृदय आनंदतरंगांनी भरून गेले. तिची अनेक दिवसांची आस जणू आज पुरी झाली होती. विभा सामान्य मुलगी होती. आपण उदयादित्यांच्या आयुष्यात आनंद निर्माण करू शकतो, हे इतक्या दिवसांनंतर आज तिला जणू अचानक उमजल होते. तिला अवसान आले होते. यापूर्वी तिला चोहीकडे अंधार दिसत होता, कुठेच किनारा दिसत नव्हता. निराशेच्या ओझ्याखाली ती दबून गेली होती. तिचा आत्मविश्वास जणू हरपला होता. ती उदयादित्यांसाठी खपत असे, पण त्यामुळे त्यांना काही समाधान वाटेल, असा विश्वास तिला नव्हता. आज एकाएकी तिला मार्ग दिसू लागला अन् इतक्या दिवसांचा थकवा पळून गेला. आज तिच्या डोळ्यांत (पहाटेच्या दवाप्रमाणे) आसू तरळले. तिच्या ओठांवर सूर्यकिरणांसारखे निर्मळ हसू उमटले.

विभा आता जवळजवळ कारावासातच राहू लागली. खोलीच्या झरोक्यातून जेव्हा पहाट प्रवेश करीत असे, तेव्हा कारागाराचा दरवाजा उघडून येणाऱ्या विभेची विमल मूर्ती उदयादित्याच्या नजरेस पडे. पगारी नोकरांना विभा काहीही करू देत नसे. स्वतःच्या हातांनी सारी कामे करीत असे. ती स्वतः उदयादित्याला जेवणखाण आणून देई, बिछाना घालून देई. मैनेचा एक पिंजरा आणून तिने त्या खोलीत टांगला आणि रोज सकाळी ती अंतःपुरातल्या बागेतून फुले तोडून आणू लागली. खोलीत एक महाभारत होते. विभेला जवळ बसवून उदयादित्य ते वाचून दाखवू लागले.

उदयादित्यांच्या मनात एक गोष्ट मात्र सारखी सलत होती. ते स्वतः तर बुडणारच होते; पण विभेच्या साऱ्या आशा अतृप्त असताना तिने जगातली सुखे भोगलेली नसताना तिला आधारासाठी घट्ट धरून ठेवून स्वतःबरोबर ते तिलाही कशासाठी बुडवीत होते? रोज ते ठरवीत, विभेला सांगायचे – 'तू जा विभा.' पण पहाटेची झुळूक, पहाटेचा उजेड घेऊन विभा जेव्हा कारागारात प्रवेश करी, आपले गोजिरवाणे, लडिवाळ मुख घेऊन शेजारी येऊन बसे, मायेने, स्नेहाने त्यांच्याकडे पाही, प्रेमळ सुरात काहीबाही विचारत राही, तेव्हा त्यांच्या तोंडून 'विभा, तू जा. तू याउपर इथे येऊ नकोस. मला तुला भेटायचे नाही.' हे शब्द मन कितीही घट्ट केले तरी उमटत नसत. रोज ते ठरवीत, 'उद्या नक्की सांगायचे'. परंतु तो उद्या काही उगवत नव्हता. शेवटी त्यांनी अगदी कठोर निश्चय केला.

एके दिवशी विभा आल्याबरोबर ते विभेला म्हणाले, ''विभा, तू याउपर इथे थांबू नकोस. तू इथून गेल्यावाचून माझ्या जिवाला शांती लाभणार नाही. रोज संध्याकाळी कारागाराच्या अंधारातून कुणीतरी येऊन मला सांगते – विभेचे अदृष्ट जवळ येते आहे! विभा, माझ्यापासून ताबडतोब पळून जा. मी शनी आहे. माझ्या दिशेने जगातली सारी संकटे धावत येत असतात. तू आपली सासरी जा. अधूनमधून खुशाली कळवलीस की, मला बरे वाटेल.''

विभा गप्प राहिली.

उदयादित्य मान खाली घालून विभेचे मुख पाहत राहिले. त्यांच्या डोळ्यांतून अश्रू वाहू लागले. त्यांना मनोमन उमजले – 'मी कारागारातून मुक्त होईपर्यंत विभा काही केल्या मला सोडून जाणार नाही. कशी बरे सुटका करून घेता येईल?'

२६

विभा चंद्रद्वीपात आली नाही, ती केवळ प्रतापादित्यांचा धाक आणि उदयादित्यांची फूस या गोष्टींमुळेच, असे रामचंद्ररायांना वाटले. विभा स्वेच्छेने आली नाही, असा विचार केला, तर त्यांचा अहंकार दुखावला जाई. प्रतापादित्य माझा अपमान करू इच्छितात, म्हणून ते विभेला माझ्याकडे पाठविणार नाहीत, असे त्यांना वाटले. मग आपणच ' 'तुमच्या मुलीचा मी त्याग करीत आहे. याउपर तिला चंद्रद्वीपाला पाठवण्याची तसदी घेऊ नये.' असे पत्र धाडून या अपमानाचे उट्टे काढण्यात हरकत कशाची?' अशा उलट-सुलट विचारांच्या गुंत्यात गुरफटून, चार जणांशी सल्लामसलत करून तशा आशयाचे एक पत्र प्रतापादित्यांच्या नावे लिहिण्यात आले. अशा तऱ्हेचे पत्र प्रतापादित्यांना उद्देशून लिहिणे, ही काही साधारण गोष्ट नव्हती. त्यासाठी मोठ्याच साहसाची जरूर होती. रामचंद्ररायांना मनातून अतिशय भीती वाटत होती; परंतु पर्वताच्या उतारावरून वेगाने गडगडत खाली येताना कितीही भीती वाटली तरी मध्ये थांबता येत नाही तशी काहीशी त्यांच्या स्थिती मनाची झाली होती. अचानक एक दु:साहस करण्यासाठी ते प्रवृत्त झाले होते. आता त्याचा शेवट गाठण्यावाचून उपाय नव्हता. राममोहनला बोलावून ते म्हणाले, "हे पत्र यशोहरला घेऊन जा."

राममोहन हात जोडून म्हणाला, "क्षमा असावी महाराज, मला ते जमणार नाही. याउपर यशोहरला जायचे नाही, असे मी ठरवून टाकले आहे. आता माँ-ठाकुरानींना घेऊन यायला सांगत असाल, तर एक वेळ पुन्हा एकदा जाईन; पण ही चिठ्ठी घेऊन मी जाणार नाही."

राममोहनला आणखी काही न बोलता म्हाताऱ्या नयनचाँदच्या हाती राजांनी ते पत्र दिले. पत्र घेऊन तो यशोहरला रवाना झाला.

पत्र घेऊन नयनचाँद निघाला खरा, पण अतिशय घाबरून गेला. प्रतापादित्यांच्या हाती पत्र दिले, तर ते काय करतील न जाणो, असे त्याला भय वाटले. अखेर

विचार करकरून ते पत्र महाराणींच्या हाती द्यायचे त्याने नक्की केले.

महाराणींची मन:स्थितीही फारशी चांगली नव्हती. एकीकडे त्यांना विभेची काळजी लागून राहिली होती, दुसरीकडे उदयादित्यासाठी काळीज तीळ-तीळ तुटत होते. संसारातल्या गुंत्यात त्यांचे अगदी चिपाड होऊन गेले होते. अधून-मधून बऱ्याचदा त्या रडताना दिसत. संसारातल्या कामकाजात त्यांचे मन आता रमत नसे.

अशा अवस्थेत हे पत्र त्यांच्या हाती पडले. काय करावे, ते त्यांना सुचेचना. विभेला काही सांगण्याची सोय नव्हती, कारण ऐकून संवेदनशील विभेने हाय खाल्ली असती. महाराजांच्या कानी या चिठ्ठीतला मजकूर गेला असता, तर काय अनर्थ झाला असता, त्याची कल्पनाच करता येत नव्हती; पण अशा संकटप्रसंगी कुणाशी काही बोलल्यावाचून, कुणाचातरी सल्ला घेतल्यावाचून महाराणींची तडफड थांबेना. चहूकडे अंधार पसरलेला! शेवटी त्या रडत-रडत प्रतापादित्यांकडे गेल्या. म्हणाल्या, ''महाराज, विभेची काहीतरी व्यवस्था करायला हवी.''

प्रतापादित्य म्हणाले, ''का बरे? काय झाले?''

महाराणी म्हणाल्या, ''नाही, काही झालेय असे नव्हे, पण कधीतरी विभेला सासरी पाठवायला हवेच ना?''

प्रतापादित्य म्हणाले, ''ते समजले, पण एवढ्या दिवसांनी आज अचानक तुम्हाला त्याची कशी आठवण झाली?''

महाराणी घाबरून म्हणाल्या, ''पुन्हा तुमचे तेच! मी कुठे म्हणतेय काही झालेय म्हणून? पुढे काही झाले तर....''

प्रतापादित्य चिडून म्हणाले, ''काय व्हायचेय?''

महाराणी भयाने उत्तरल्या, ''समजा, जावयांनी विभेला टाकूनच दिले तर...?''

असे म्हणून महाराणी गळा दाटल्याने रडू लागल्या.

प्रतापादित्य अतिशय रागावले. त्यांच्या डोळ्यांतून ठिणग्या बाहेर पडू लागल्या.

महाराजांचा क्रोधावतार पाहून महाराणी डोळ्यातले पाणी पुसून गडबडीने म्हणाल्या, ''म्हणजे जावयांनी काही खरोखरच लिहून पाठवले नाहीये की, पाहा, तुमच्या विभेचा ती त्याग केला आहे, तिला इथून पुढं चंद्रद्वीपाला पाठवू नका. तसे काही नाहीये. पण मी काय म्हणते, एखाद दिवशी खरेच तसे लिहून पाठवले तर?''

प्रतापादित्य म्हणाले, ''मग त्या वेळी त्याचा उचित जबाब दिला जाईल. आत्ता त्याचा विचार करण्याची वेळ नाही.''

महाराणी रडत म्हणाल्या, ''महाराज, मी तुमच्या पाया पडते. माझे एवढे ऐका. विभेचे काय होईल, त्याचा विचार करा. माझे काळीज दगडाचे करून मी जगते आहे; नाहीतर शक्य तेवढ्या यातना तुम्ही मला दिल्या आहेत. उदयला —

माझ्या बाळाला – राजाच्या मुलाला – सामान्य अपराध्याप्रमाणे डांबून ठेवलेत. त्याने आमचे कुणाचेही काही वाकडे केलेले नाहीये. कशातच तो दखलही देत नाही. त्याचा अपराध इतकाच की, त्याला काही कळत नाही, राजकार्याची समज नाही, राज्यकारभार करायला जमत नाही; ती बुद्धी त्याच्यापाशी नाही. पण परमेश्वराने त्याला तसे घडवले असेल, तर त्यात त्याचा काय दोष?''

असे बोलून महाराणी दुप्पट जोराने रडू लागल्या.

प्रतापादित्य काहीसे वैतागून म्हणाले, ''त्याची चर्चा पुष्कळ वेळा झाली आहे. काय म्हणत होतात, तेवढे मुद्द्याचे बोला.''

महाराणी कपाळावर हात मारून म्हणाल्या, ''माझेच नशीब फुटके! आणखी काय म्हणू? काही बोलले, तर तुम्ही कधी ऐकताय? एकदा विभेच्या तोंडाकडे पाहा महाराज. ती कुणाशी काही बोलत नाही. ती दिवसेंदिवस सुकत चालली आहे. तिची सावली तेवढी उरली आहे. ती बोलतही नाही. त्यावर काहीतरी उपाय करा.''

प्रतापादित्य त्रासल्यासारखे झाले. मग महाराणी आणखी काही न बोलता तिथून निघून आल्या.

२७

मधल्या काळात एक घटना घडली. उदयादित्यांना कारागृहात बंद केले आहे, हे पाहिल्यावर सीताराम हातांवर हात ठेवून स्वस्थ बसू शकला नाही. तो लगोलग रुक्मिणीच्या घरी गेला. तोंडाला येईल ते तिला बोलला. अगदी जवळजवळ मारायलाच उठला! तिला म्हणाला, "चांडाळणी, तुझे घर पेटवून देईन, तुला रस्त्यावर आणीन आणि युवराजांची सुटका करीन, तेव्हाच मी नावाचा सीताराम! आजच मी रायगडला जातो. रायगडहून परतून आल्यावर तुझे हे काळे तोंड त्या दगडावर रगडीन, तुझ्या थोबाडाला काळे फासून या शहरातून हाकलून देईन; तोवर पाणीसुद्धा पिणार नाही."

रुक्मिणी काही क्षण सीतारामच्या तोंडाकडे एकटक पाहत-ऐकत राहिली. हळूहळू तिची दातखीळ बसली, ओठ घट्ट मिटले, मुठी घट्ट आवळल्या. तिच्या दाट काळ्या भुवयांवर ढग दाटून आले, काळ्याभोर डोळ्यांतल्या बाहुल्यांत वीज खेळू लागली. तिचे सारे शरीर ताठर झाले. हळूहळू तिचा जाड अधरोष्ठ कापू लागला, दाट भुवया थरथरू लागल्या, काळ्या डोळ्यांतून वीज खेळू लागली, केशसंभार फुलला, हातपाय थरथर कापू लागले. सीतारामच्या माथ्यावर जणू पिशाचाचा शाप होता. साऱ्या शरीराचा प्रचंड थरकाप करून सोडणारी हिंसाच जणू कोसळू पाहत होती. जेव्हा रुक्मिणीच्या आवळलेल्या मुठी हळूहळू शिथिल झाल्या, दातखीळ सुटली, अधरोष्ठ अलग झाला, आकुंचित झालेल्या भुवया प्रसरण पावल्या तेव्हा ती धाडकन बसली. म्हणाली, "वा रे वा! युवराज तुझे एकट्याचे आहेत? जणू युवराज संकटात आहेत म्हणून तूच एवढा तडफडतो आहेस? जणू युवराज माझे कुणीच नव्हेत! जळले तुझे तोंड ते! तुला ठाऊक नाहीये की युवराज माझे आहेत. त्यांचे बरेही फक्त मी करू शकते आणि वाईटही मीच करू शकते! माझ्या युवराजांना तू तुरुंगातून सोडवू पाहतोस? बघतेच कसे जमतेय तुला ते!"

सीताराम त्याच दिवशी रायगडला रवाना झाला.

वसंतराय तिन्हीसांजेला प्रासादाच्या व्हरांड्यात बसले होते. समोर एक प्रशस्त मैदान दिसत होते. मैदानाच्या पलीकडे असलेल्या खालाच्या* पलीकडल्या आमराईत सूर्य मावळत होता. वसंतरायांच्या हाती त्यांची चिरसहचरी सतार आता नव्हती.

मावळत्या सूर्याकडे पाहून वृद्ध वसंतराय स्वतःशीच गुणगुणत गाणे म्हणत होते –

एकलाच मी उरलो मागे
जे होते ते सारे गेले, केवळ मागे भासच उरले
माझी म्हणूनी जी जी होती
हाकेला ओ अता न देती
कोठे आता कोठे गेली? रडरडूनी मी कुणा बोलवी?
सांग माँ मी तुला विचारी
माझे ठेवले नाहीस काही
असा एकटा कोठवरी मी जगू तरी?

कोणत्या विचाराने वृद्ध वसंतराय हे गाणे गात होते, कोण जाणे! जणू त्यांना वाटत होते, 'गाणे गातोय खरा, पण ज्यांना गाणे ऐकवीत होतो, ते तर नाहीत! 'गाणे आपसूक स्फुरते, पण गाणे गाण्यातील समाधान आता लाभत नाही. आनंदाशी अजून माझी फारकत झालेली नाही, पण आनंद होताच ज्यांना आलिंगन देण्याची ओढ लागे, ते आता कुठे आहेत? ज्या दिवशी सकाळी रायगडच्या त्या ताडाच्या झाडावर ढग दाटून येत, मन आनंदाने नाचू लागे! त्या दिवशीच ज्यांना भेटायला मी यशोहरला जात असे, त्यांना आता पुन्हा भेटता येणार नाही का? अजूनही कधी कधी मन पूर्वीप्रमाणे आनंदाने नाचू लागते, पण हाय रे....'

अशा विचारात दंग असलेल्या वृद्ध वसंतरायांच्या तोंडून आज तिन्हीसांजेला मावळत्या सूर्याकडे पाहताना आपसूक गाणे उमटत होते – एकलाच मी उरलो मागे!

अशा वेळी खाँसाहेबांनी येऊन एक कडक मुजरा घातला. खाँसाहेबांना पाहून वसंतराय खूश होऊन म्हणाले, "खाँसाहेब, यावे! यावे!" खाँसाहेबांच्या अधिक जवळ जाऊन कावरेबावरे होत ते म्हणाले, "खाँसाहेब, तुमचा चेहरा एवढा का बरे उतरलेला दिसतोय? तबीयत बरी आहे ना?"

---

* खाल – कालव्याप्रमाणे खाडीचे छोटे छोटे नैसर्गिक जलप्रवाह.

खाँसाहेब अस्वस्थ होऊन म्हणाले, ''तबीयतीची चौकशी आपण करू नये महाराज. आपल्याला उदास, म्लान पाहून माझ्या जिवाला चैन पडत नाही. एक बयेत आहे – रात्र म्हणते, मी कुणी महत्त्वाची नाही. मी ज्याला शिरी धरते तो आहे चंद्र. त्याच्याबरोबर माझं हसणं, त्याच्याबरोबर खिन्न होणं! महाराज, आमची काय कथा! आपण हसला नाहीत, तर आमची हसण्याची काय मजाल? आमच्या जिवाला चैन नाही जनाब.''

वसंतराय अधीर होऊन म्हणाले, ''असे कसे म्हणता खाँसाहेब? मला काहीही झालेले नाहीये. मी स्वत:शीच हसतो, निजानंदात मग्न राहतो. मला काय दु:ख आहे खाँसाहेब?''

खाँसाहेब उत्तरले, ''महाराज, आताशा आपले गाणेबजावणे तितके वारंवार ऐकू येत नाही.''

वसंतराय एकाएकी थोडे गंभीर होत म्हणाते, ''माझे गाणे ऐकणार का खाँसाहेब?

> ''एकलाच मी मागे उरलो
> साथी सारे सोडून गेले
> केवळ मागे भासच उरले....''

खाँसाहेब म्हणाले, ''आपण हल्ली ती सतार वाजवत नाही ती? आपली सतार कुठे आहे?''

वसंतराय उत्तरले, ''ती सतार नाही आहे, असे नव्हे. सतार आहे, फक्त तिची तार तुटली आहे. त्यातून आता सूर उमटत नाहीत.''

असे म्हणून आमराईच्या दिशेने पाहून डोक्यावरून ते उद्विग्नपणे हात फिरवू लागले.

काही क्षणांनंतर वसंतराय म्हणाले, ''खाँसाहेब, एखादे गाणे म्हणा ना! म्हणा एखादे गाणे 'ताजबे ताज नऊबे नऊ' गा.''

खाँसाहेब गाऊ लागले –

> ताजबे ताज नऊबे नऊ....

पाहता-पाहता वसंतराय गुंगून गेले. त्यांना बसून राहवेना. ते उठून उभे राहिले. सुरात मिसळून गाऊ लागले – ताजबे ताज नऊबे नऊ. ते रंगात येऊन ताल देऊ लागले आणि घोळवून-घोळवून गाऊ लागले. गाता-गाता सूर्य अस्तास गेला. अंधार पडू लागला. गुराखी घराकडे परतताना गाणी गाऊ लागले. अशा वेळी सीतारामने येऊन ''महाराजांचा जय असो!'' असे म्हणून नमस्कार केला. वसंतराय

अतिशय चकित झाले. गाणे ताबडतोब थांबवून, लगबगीने त्याच्यापाशी येऊन, त्याच्या पाठीवर हात ठेवून ते म्हणाले,'' अरे, सीताराम तू! बरा आहेस ना? दादा कसा आहे? दीदी कुठे आहे? सगळी खुशाल आहेत ना?''

खाँसाहेब निघून गेले. सीताराम म्हणाला, ''एकेक करून सांगतो महाराज.'' असे म्हणून युवराजांच्या कारावासाची गोष्ट त्याने तपशीलवार सांगितली. सीताराम त्यात इत्थंभूत खरे मात्र बोलला नाही. ज्या कारणामुळे उदयादित्यांना कारावास घडला होता, ते कारण त्याने तितकेसे स्पष्ट करून सांगितले नाही.

वसंतरायांच्या माथ्यावर जणू आकाश कोसळले! त्यांनी सीतारामचा हात घट्ट धरला. त्यांच्या भुवया उंचावल्या, त्यांचे डोळे विस्फारले, त्यांचा आ वासला गेला. एकटक नजरेने ते सीतारामच्या मुखाकडे पाहत उद्‌गारले –''आँ!''

सीताराम म्हणाला, ''होय महाराज.''

काही क्षण गप्प राहून वसंतराय म्हणाले, ''सीताराम!''

सीताराम म्हणाला, ''महाराज!''

वसंतरायांनी पृच्छा केली, ''तर मग दादा आता कुठे आहे?''

सीतारामने उत्तर दिले, ''महाराज, ते तुरुंगात आहेत.''

वसंतराय डोक्यावरून हात फिरवू लागले. उदयादित्य कारागारात आहे, ही गोष्ट बहुधा त्यांच्या डोक्यात नीटशी शिरत नव्हती. काहीही झाले, तरी ते तशी कल्पना करू शकत नव्हते. पुन्हा काही क्षणांनंतर सीतारामाचा हात धरून ते म्हणाले, ''सीताराम!''

सीताराम, ''आज्ञा महाराज!''

वसंतराय यांनी पुढे विचारले, ''तर मग दादा आता काय करतोय?''

सीताराम उत्तरला, ''आणखी काय करणार? ते बंदिवासातच आहेत.''

वसंतराय म्हणाले, ''त्याला काय संपूर्णपणे बंदीवान करून ठेवले आहे?''

सीताराम म्हणाले, ''जी, होय महाराज.''

वसंतराय अस्वस्थ होऊन म्हणाले, ''त्याला एकदाही कोणी बाहेर येऊ देत नाही का?''

सीताराम हळूच म्हणाला, ''नाही जी.''

वसंतराय म्हणाले, ''तो एकटा कारागारात बसून असतो?''

वसंतराय हे सर्व कोणा व्यक्तीला उद्देशून विचारत नव्हते. ते स्वत:शीच बोलत होते. सीतारामला ते समजले नाही. तो उत्तरला, ''होय महाराज!''

वसंतराय उद्‌गारले, ''दादा, तू माझ्यापाशी ये रे! तुला कुणी ओळखले नाही!''

२८

वसंतराय ही खबर मिळाल्यावर दुसऱ्याच दिवशी यशोहरला रवाना झाले.
त्यांनी कुणाच्याच विरोधाला जुमानले नाही. यशोहरला पोचताच ते थेट राजवाड्यात
अंत:पुरात गेले. काकाआजोबांना एकाएकी आलेले पाहून विभा बावरून गेली.
काही क्षण तिला काय करावे ते कळेना. केवळ डोळ्यांतले चकित भाव, ओठांवरले
आनंदाचे हसू, तोंडातून शब्द फुटत नाही, शरीर ताठरलेले अशा अवस्थेत ती काही
काळ उभी राहिली. मग तिने त्यांच्या पायाशी वाकून प्रणाम केला. पायधूळ मस्तकी
लावली. विभा उठून उभी राहिल्यावर वसंतरायांनी विभेच्या मुखाकडे एकटक पाहून
प्रश्न केला, ''विभा?'' पुढे काही बोलले नाहीत. केवळ प्रश्न केला – ''विभा?''
सीतारामने जे सांगितले होते, ते खरे नसूही शकेल, अशी एक अत्यंत क्षीण आशा
जणू त्यांच्या मनात जागी झाली होती. सगळे स्पष्ट विचारताना त्यांना भीती वाटत
होती. न जाणो, विभा त्याचे उत्तर देऊन टाकायची. विभेने त्यांच्या प्रश्नाचे तत्क्षणी
उत्तर द्यावे, अशी त्यांची इच्छा नव्हती. म्हणून त्यांनी अतिशय घाबरत-घाबरत
विभेच्या मुखाकडे पाहत प्रश्न केला होता, ''विभा?'' मग त्यांनी तिच्या मुखाकडे
अगदी एकटक पाहिले. विभेला समजले आणि विभेला त्यावर काही उत्तर देता
आले नाही. तिच्या आनंदाचा पहिला उमाळा जिरून गेला.

पूर्वी जेव्हा काकाआजोबा येत, तेव्हाचे ते जुने दिवस तिला आठवू लागले.
किती आनंदोल्हासाचे होते ते दिवस! ते आल्यावर नुसता आनंदोत्सव साजरा होई.
सुरमा हसून गमतीजमती करी. विभा हसे; पण चेष्टा करू शकत नसे. दादा
धीरगंभीरपणे आनंदमूर्ती होऊन काकाआजोबांचे गाणे ऐकत असे. आज काकाआजोबा
आले होते, परंतु त्यांच्यापाशी आणखी कोणी आले नाही. या अंधारलेल्या जगात
एकटी विभा सुखाच्या दिवसांच्या एकमात्र भग्नावशेषाप्रमाणे काकाआजोबांच्या
जवळ उभी होती. काकाआजोबा आल्यावर ज्या महाली आनंदाचा जल्लोष उसळे
त्या सुरमेच्या महाली अशी परिस्थिती आज कशामुळे? तो महाल आज अंधारा,

शून्य, स्तब्ध होता असे वाटत होते, काकाआजोबांना पाहून तो महाल जणू आत्ता रडू लागेल! कोण जाणे, कोणत्या भरवशाने वसंतराय त्या महालाच्या समोर जाऊन उभे राहिले. दरवाजात उभे राहून महालात त्यांनी चहूबाजूला डोकावून पाहिले. तत्क्षणी तोंड फिरवून आर्त कंठाने विचारलं, "दीदी, महालात कुणीच नाही का गं?"

विभा रडू लागली आणि रडत-रडत उत्तरली, "नाही काकाआजोबा, कुणीही नाही."

रिकामा महाल उसासे टाकीत जणू उद्‌गारला, 'पूर्वी जे होते, त्यांपैकी कुणीही नाही.'

वसंतराय पुष्कळ काळ नि:शब्द उभे राहिले. शेवटी विभेचा हात धरून ते हळूहळू गाऊ लागले –

एकलाच मी मागे उरलो...

वसंतराय प्रतापादित्याकडे जाऊन अत्यंत काकुळती करीत म्हणाले, "बाबा प्रताप, उदयला कशासाठी आणखी छळतो आहेस? त्याने तुझे काय वाकडे केले आहे? तुमची त्याच्यावर माया नसेल, तुमच्या लेखी तो पदोपदी अपराधी ठरत असेल, तर त्याला मला म्हाताऱ्याला देऊन टाका ना! मी त्याला घेऊन जातो, मी त्याला ठेवून घेतो. त्याचा भार तुमच्यावर राहणार नाही. तो माझ्यापाशी राहील."

प्रतापादित्यांनी पुष्कळ वेळ धीर धरून, गप्प राहून वसंतरायांचे बोलणे ऐकून घेतले. शेवटी म्हणाले, "काकामहाशय, मी जे केले आहे, ते पुष्कळ विचार करूनच केले आहे. या विषयावर आपण नक्कीच आमच्यापेक्षा पुष्कळ कमी जाणता आणि तरीही आपण सल्ला द्यायला आला आहात. तुमचे हे म्हणणे मी मान्य करू शकत नाही."

तेव्हा वसंतराय उठून प्रतापादित्यांच्या जवळ येऊन त्यांचा हात धरून म्हणाले, "बाबा प्रताप, तू आता विसरलास? तुला मी लहानपणी अंगाखांद्यावर खेळवून मोठे केले आहे, ते आता तुला आठवत नाही का? कैलासवासी दादा ज्या दिवशी तुला माझ्या हाती सोपवून गेले, त्या दिवसापासून तुला मी क्षणभर तरी त्रास दिला? असहाय अवस्थेत जेव्हा तू माझ्या ताब्यात होतास, तेव्हा एक दिवस तरी आपण पितृहीन आहोत, असे तुझ्या मनात आले होते का? प्रताप, बोल बरे, तुझा मी असा काय अपराध केला होता की, ज्यासाठी माझ्या या म्हातारपणी तू मला इतके कष्ट द्यावेस? माझे असे म्हणणे नाही की, तुला मी लहानाचे मोठे केले म्हणून तू माझा ऋणी असावेस. तुम्हाला वाढवून मीच माझ्या दादांच्या स्नेहाच्या ऋणातून मुक्त होण्याचा प्रयत्न करत होतो. तर म्हणून प्रताप, मी हक्क म्हणून तुझ्यापाशी काही मागत नाहीये, कधी मागितलेही नाही. मी केवळ तुझ्याकडे भिक्षा मागतो आहे, तेवढीदेखील तू घालणार नाहीस?"

वसंतरायांचे डोळे झरू लागले. प्रतापादित्य पाषाणमूर्तीप्रमाणे निश्चल बसून राहिले.

वसंतराय पुन्हा म्हणाले, "तर मग तू माझे ऐकणार नाहीस? मला भिक्षा घालणार नाहीस? माझ्या प्रश्नाचे उत्तरही देणार नाहीस का प्रताप?" दीर्घ नि:श्वास सोडून ते पुढे म्हणाले, "ठीक आहे तर. माझी आणखी एक छोटीशी विनंती आहे, मला एकदा उदयला भेटायचे आहे. त्याच्या कारागृहात प्रवेश करायला मला कोणी बंदी करणार नाही, एवढीच परवानगी दे."

प्रतापादित्यांनी तीही दिली नाही. त्यांच्या विरोधात जाऊन उदयादित्याबद्दल एवढे प्रेम वसंतरायांनी प्रकट करावे, यामुळे प्रतापदित्य मनोमन अतिशय चिडले होते. त्यांना जसजसे वाटे की, लोक त्यांनाच अपराधी ठरवत आहेत, तसतसे ते आणखी कठोर होत.

वसंतराय अतिशय म्लान वदनाने अंत:पुरात परत गेले. त्यांचा उतरलेला चेहरा पाहून विभेला अतिशय वाईट वाटले. विभा काकाआजोबांचा हात धरून म्हणाली, "काकाआजोबा, माझ्या महाली चला." वसंतराय मूकपणे विभेच्या महाली आले. ते महालात येऊन बसल्यावर आपल्या कोमल बोटांनी त्यांचे पिकलेले केस विंचरत विभा म्हणाली, "काकाआजोबा, चला, तुमचे पिकलेले केस उपटून टाकते." वसंतराय म्हणाले, "दीदी, आता ते पिकलेले केस उरलेत तरी का? एवढा म्हातारा नव्हतो, तेव्हा ते तुरळक होते. मग तुम्हा मंडळींना मी ते पिकलेले केस उपटायला सांगत असे. आता मात्र मी म्हातारा झालो आहे. आता माझे ते पिकलेले केसच उरले नाहीत!"

विभेचा चेहरा पार उतरला. तिचे डोळे भरून आले होते, हे वसंतरायांनी पाहिले. तसे ते घाईघाईने म्हणाले, "ये, ये विभा! काढ बरे थोडेसे केस. आता तुझ्यासाठी भरपूर पिकलेल्या केसांचा पुरवठा तर मी करू शकत नाही पोरी. वय होत चालले, तसे डोक्याला टक्कल पडू लागले. आता तू आणखी एखादे डोके शोधायला लाग बरे! माझ्याच्याने काही आता जमणार नाही." असे म्हणून वसंतराय हसू लागले.

एक दासी येऊन वसंतरायांना म्हणाली, "राणीमाँ आपल्याला एकदा प्रणाम करू इच्छितात."

वसंतराय महाराणींच्या महाली गेले. विभा कारागृहात गेली.

महाराणींनी वसंतरायांना प्रणाम केला. वसंतरायांनी आशीर्वाद दिला, "आयुष्मान् हो माँ!"

महाराणी म्हणाल्या, "काकामहाशय, यापुढे तो आशीर्वाद देऊ नका. आता मेले, तरच मी सुटेन."

वसंतराय चिंताग्रस्त होऊन म्हणाले, "राम! राम! असे काही बोलू नकोस."

महाराणी म्हणाल्या, "आता काय सांगू? काकामहाशय, माझ्या संसारावर जणू शनीची दृष्टी पडली आहे."

वसंतराय आणखीनच चिंतेत पडले.

महाराणी म्हणाल्या, ''विभेच्या तोंडाकडे पाहिले की, मला अन्नपाणी गोड लागत नाही. तिला विचारले, तर ती ही काही बोलत नाही. केवळ दिवसेंदिवस तिचे शरीर खंगत चालले आहे. तिच्या बाबतीत काय करावे, काही कळत नाही.''

वसंतराय अतिशय व्याकूळ झाले.

''हे पाहा काकामहाशय, एक सर्वनाशी पत्र आले आहे!'' असे म्हणून एक पत्र त्यांनी वसंतरायांच्या हाती दिले.

वसंतराय पत्र वाचून पुरे करतात तोवर महाराणी मुसमुसत सांगू लागल्या, ''मला आता काय सुख उरलेय? उदय, माझा बाळ निरागस आहे. त्याला तर महाराज – त्याच्यात राजाचे गुण नाहीत म्हणतात. पण मी त्याला गर्भात वाढवला आहे. तो माझ्या पोटचा पोर आहे. काय करतो माझा बाळ तिथे, कुणास ठाऊक! मला एकदाही त्याला भेटू देत नाहीत.'' महाराणी आजकाल काहीही बोलू लागल्या की, त्या बोलण्यात उदयादित्याचा उल्लेख कुठेतरी हटकून येई. कारण ती गोष्ट त्यांच्या काळजात दिवसरात्र सलत होती.

पत्र वाचून वसंतराय पुरते चकित झाले. सुन्न बसून डोक्यावरून हात फिरवू लागले. काही क्षणांनंतर वसंतरायांनी महाराणींना विचारले, ''हे पत्र कुणाला दाखवले नाहीस ना माँ?''

महाराणी म्हणाल्या, ''महाराजांना या पत्राची गोष्ट कळली, तर खैर राहील का? आणि विभादेखील मग अगदीच हाय खाईल.''

वसंतराय म्हणाले, ''चांगले केलेस. आता हे पत्र आणखी कोणालाही दाखवू नकोस सूनबाई. तू विभेला ताबडतोब तिच्या सासरी पाठवून दे. मानापानाचा विचार करू नकोस.''

महाराणी म्हणाल्या, ''मलादेखील तसेच वाटते. अभिमान धरून बसण्यात काही कोणाचे हित नाही; माझी विभा सुखी झाली की झाले! भीती इतकीच वाटते की, पुढेमागे त्यांनी विभेला वाईट वागवले नाही म्हणजे मिळवले!''

वसंतराय म्हणाले, ''विभेला वाईट वागवतील? हेळसांड करण्याजोगी विभा नाहीच मुळी! विभा जिथे जाईल तिथे तिचे कौतुक होईल. अशी लक्ष्मी, अशी सोन्याची पुतळी आणखी कुठे मिळेल? रामचंद्राने केवळ तुमच्यावर रागावून हे पत्र लिहिले आहे, पण तिला पाठवून दिल्याबरोबर त्याचा राग दूर होईल.'' वसंतरायांच्या निष्कपट हृदयाला, सरळ बुद्धीला हेच योग्य वाटले. महाराणींनाही तसेच वाटले.

वसंतराय म्हणाले, ''विभेला चंद्रद्वीपला पाठवून देण्याची विनंती करणारे एक पत्र रामचंद्ररायांनी पाठवले आहे, ही बातमी राजवाड्यात पसरवून द्या. त्यानंतर विभादेखील तिकडे जायला नकार नक्कीच देणार नाही.''

२९

सायंकाळनंतर वसंतराय बाहेरच्या दालनात एकटेच बसले होते. एवढ्यात सीतारामने येऊन त्यांना प्रणाम केला.

वसंतरायांनी त्याला विचारले, "काय रे सीताराम, काय खबर?"

सीताराम म्हणाला, "सांगतो मागाहून. अगोदर आपल्याला माझ्याबरोबर यावे लागेल."

वसंतराय म्हणाले, "का बरे? कुठे जायचेय सीताराम?"

असं म्हटल्यावर सीताराम त्यांच्या जवळ येऊन बसला. त्याने हळूहळू कुजबुजत त्यांना काहीतरी सांगितले. वसंतराय डोळे विस्फारून म्हणाले, "खरे की काय!"

सीताराम म्हणाला, "जी, होय महाराज!"

वसंतराय त्यावर कां-कू करू लागले. म्हणाले, "लगोलग निघावे लागेल का?"

सीताराम उत्तरला, "होय जी."

वसंतरायांनी विचारले, "एकदा विभेला भेटून येऊ का?"

सीताराम घाईने म्हणाला, "नाही जी, आता वेळ नाही."

वसंतराय म्हणाले, "कुठे जायचे आहे?"

सीताराम म्हणाला, "माझ्याबरोबर चलावे. मी घेऊन जातो."

वसंतराय उठून उभे राहत म्हणाले, "एकदाच विभेला भेटता नाही का येणार?"

सीताराम लगेच उत्तरला, "नाही महाराज, उशीर झाला तर सगळाच सत्यनाश होईल."

वसंतराय गडबडीने म्हणाले, "मग राहू दे, राहू दे." दोघेही निघाले.

पुन्हा थोडे दूर गेल्यावर म्हणाले, "थोडा उशीर झाला, तर चालायचे नाही का?"

सीताराम काकुळतीने म्हणाला, ''नाही महाराज, तसे झाले तर संकट ओढवेल.''

''दुर्गा बोल!'' म्हणत वसंतराय प्रसादाच्या बाहेर पडले.

वसंतराय आले आहेत, हे उदयादित्यांना ठाऊक नव्हते. विभेनेही त्यांना सांगितले नव्हते. कारण त्या दोघांची भेट होण्याची काही शक्यता नव्हती. तेव्हा ही बातमी सांगितल्यावर त्यांना दु:खच झाले असते. संध्याकाळनंतर निरोप घेऊन विभा कारागारातून निघून गेली होती. एका दिव्याच्या उजेडात उदयादित्य एक संस्कृत ग्रंथ वाचत होते. खिडकीतून वारा येत होता. दिव्याची क्षीण ज्योत थरथरत होती. त्यामुळं अक्षरे नीटशी दिसत नव्हती. किडेपाखरे येऊन दिव्यावर पडत होती. मधूनच दिवा विझण्याच्या बेतात येत होता. एकदा जोराचा वारा आला अन् अखेर दिवा विझून गेला. पोथी मिटवून उदयादित्य त्यांच्या बिछान्यावर जाऊन बसले. त्यांच्या मनात एकापाठोपाठ एक विचारांची गर्दी झाली. विभेचा विचार मनात आला. आज विभा थोडासा उशीर करून आली होती अन् काहीशी लवकर निघून गेली होती. आज ती जरा विशेष खिन्न दिसत होती. या सर्व गोष्टींचा ते मनात विचार करीत होते. या जगात त्यांना दुसरे कोणीही जणू नव्हते. विभा सोडली, तर दिवसभरात दुसरे कोणीही नजरेस पडत नसे. त्यांच्या विचारात त्यामुळे एकमात्र विभाच असे. विभेचे प्रत्येक हसू, तिची प्रत्येक गोष्ट त्यांच्या मनात साठून राही. तहानलेला मनुष्य पाण्याच्या प्रत्येक थेंबाला आसुसलेला असतो, त्याप्रमाणे विभेच्या प्रेमाची अतिसामान्य खूणदेखील ते जिवापाड जपून ठेवीत. म्हणूनच आज या एकाकी छोट्याशा अंधाऱ्या खोलीत एकटेच झोपून स्नेहाची प्रतिमा असलेल्या विभेच्या म्लान मुखाचा ते विचार करीत होते. त्या अंधारात बसल्या-बसल्या एकदा त्यांना वाटले, 'विभा हळूहळू विरक्त होत चालली आहे की काय? या आनंदविहीन कारागारात दु:खी-अंधकारमय जिणे जगणाऱ्या एका माणसाची सेवा करणे तिला रुचेनासे झाले असेल का? मी तिच्या सुखाआड येणारा, तिच्या संसारमार्गातला काटा आहे, असे तर तिला हळूहळू वाटू लागणार नाही ना? आज ती उशिरा आली, उद्या आणखी जास्त उशीर करून येईल. नंतर मग एखाद्या दिवशी कदाचित मी दिवसभर वाट बघत राहीन – विभा कधी येतेय! दुपार होईल, संध्याकाळ होईल, रात्र होईल; पण विभा काही येणार नाही. आणि त्यानंतर कदाचित विभा यायचीच नाही!'

उदयादित्यांच्या मनात हा विचार जसजसा बळावू लागला तसे त्यांचे मन तळमळू लागले. त्यांच्या कल्पनाराज्यातील चारी दिशा भयाण, शून्य भासू लागल्या. एक दिवस असा येईल, जेव्हा विभा अलिप्त नजरेने तिच्या सुखाच्या मार्गातला काटा म्हणून त्यांच्याकडे पाहील. या अतिदूरच्या कल्पनेच्या केवळ आभासानेच त्यांचे हृदय अत्यंत व्याकूळ होऊन उठले. त्यांच्या मनात विचार आला, 'किती

भयानक स्वार्थी आहे मी! माझे विभेवर प्रेम आहे, म्हणून एखादा शत्रूदेखील करू शकणार नाही इतके तिचे घोर नुकसान मी करीत आहे.' विभेवर यापुढे विसंबून राहायचे नाही, अशी त्यांनी पुन:पुन्हा प्रतिज्ञा केली. पण आपण विभेला पारखे होणार, असा विचार मनात आला की, त्यांचे अवसान गळून जाई आणि मग त्यांना काहीच सुचेनासे होई. मरणासन्न व्यक्तीप्रमाणे विभेच्या काल्पनिक मूर्तीला ते व्याकूळपणे घट्ट धरून ठेवीत.

एवढ्यात बाहेरून एकदम, "आगऽ आगऽऽ" असा एकच कोलाहल उठला. उदयादित्यांच्या छातीत धडधडू लागले. अचानक असंख्य किंकाळ्या चहू बाजूंनी ऐकू आल्या. शेकडो लोकांचा जोरात धावण्याचा ध्वनी ऐकू आला. प्रासादाच्या जवळपास कुठेतरी आग लागली असल्याचे उदयादित्यांनी जाणले. अनेक क्षण गोंधळ-गडबड सुरू होती. त्यांचे मन अगदी बेचैन होऊन गेले. त्यांच्या कारागाराचा अचानक दरवाजा खाडकन् उघडला. अंधाऱ्या खोलीत कोणीतरी प्रवेश केला. त्यांनी दचकून विचारले, "कोण आहे रे?"

आत आलेल्याने उत्तर दिले, "मी सीताराम! आपण बाहेर निघून या."

उदयादित्य म्हणाले, "कशासाठी?"

सीताराम म्हणाला, "युवराज, कारागृहाला आग लागली आहे. ताबडतोब बाहेर निघून या." असे म्हणत त्यांना जवळजवळ उचलून घेऊनच तो कारागाराच्या बाहेर पडला.

पुष्कळ दिवसांनी उदयादित्य आज मोकळ्या जागेवर आले होते. त्यांना माथ्यावर खुले आकाश दिसले होते. वारा जणू आपली विस्तृत छाती पसरून त्यांना आलिंगन देऊ लागला. दृष्टीचे अडसर चोहोबाजूंनी गळून पडले होते. अंधाऱ्या रात्री आकाशातील असंख्य तारकांच्या उजेडात, विशाल मैदानातील मऊ गवतावर उभे राहिल्यावर त्यांचे मन असीम, शब्दातीत आनंदाने भरून गेले. काही क्षण त्या आनंदात नि:स्तब्ध राहिल्यानंतर त्यांनी सीतारामला विचारले, "काय करायचे? कुठे जायचे?" अनेक दिवसांपासून ते लहानशा जागेत बंद होते. चालणे-फिरणे नव्हते. आज या प्रशस्त मैदानात येऊन सीतारामला त्यांनी असहायपणे विचारले, "काय करू? कुठे जाऊ?"

सीताराम म्हणाला, "या, माझ्याबरोबर या."

इकडे आग भडकली होती. दुपारी काही प्रजानन मुख्य कारभाऱ्यांना काहीतरी सांगण्यासाठी आले होते. राजवाड्याच्या प्रांगणात ते एकत्र बसले होते. आग लागल्याची आरोळी सर्वप्रथम त्यांनीच ठोकली. कारागाराजवळच पहारेकऱ्यांच्या निवासासाठी असलेल्या खोल्यांची एक लांबलचक ओळ होती. त्यांच्या खाटा, भांडीकुंडी, कपडे, सामानसुमान सगळेकाही त्यात असे. आगीची बातमी ऐकताच

ज्यांना जमले तेवढे सगळे पहारेकरी तिकडे पळत सुटले. ज्यांना अगदीच जमले नाही, ते हातपाय आपटीत राहिले. उदयादित्यांच्या खोलीच्या दाराशी एक-दोन पहारेकरी होते खरे, पण तिथे तसा सक्त पहारा देण्याचे काहीच कारण नव्हते. रिवाज होता म्हणून केवळ ते पहारा देत. कारण उदयादित्य इतक्या शांतपणे त्यांच्या खोलीत बसून राहत की, ते कधी पळून जाण्याचा प्रयत्न करतील अथवा त्यांना पळून जाण्याची इच्छा असेल, असे वाटतही नसे. या कारणाने त्यांच्या दारावरचे पहारेकरी सर्वांच्या आधी धावत सुटले होते.

रात्र होऊ लागली, तरी आग विझेना. कोणी सामानसुमान हलवू लागले, कोणी पाणी ओतू लागले, कोणी काहीही न करता केवळ गोंधळ घालीत फिरू लागले. आग विझल्यावर त्यांनाच सगळ्यात जास्त शाबासकी मिळाली. अशा तऱ्हेने यातच सगळे दंग असताना एक स्त्री त्यांच्यामध्ये धावत आली. ती काहीतरी सांगू पाहत होती, पण तिचे म्हणणे ऐकतो कोण? कोणी तिला शिवीगाळी केली, कोणी तिला धक्काबुक्की करीत ढकलून दिले. तिचे म्हणणे कोणीच ऐकले नाही. ज्याने ऐकले, तो म्हणाला, ''युवराज पळाले तर त्यात माझे काय गेले अवदसे? आणि तुझे तरी काय गेले? ते दयाळसिंग पाहून घेईल. माझी खोली सोडून मी आता कुठे जाऊ शकत नाही.'' असे म्हणून तो गर्दीत मिसळून गेला.

अशा तऱ्हेने पुनःपुन्हा लाथा-धक्के बसल्यावर ती रमणी अतिशय चिडून उठली. समोर दिसलेल्या एकाला घट्ट धरून ठेवीत म्हणाली, ''मूर्खांनो, तुमची काय डोकी फिरली आहेत की काय? राजाची चाकरी करता आहात, ते विसरलात की काय? उद्या राजाला हे सांगून तुमची कातडी सोलून तुम्हाला मातीत गाडीन, तेव्हाच स्वस्थ होईन. युवराज पळून गेले आहेत!''

''छानच झाले! तुला काय करायचेय त्यांच्याशी?'' असे म्हणून त्याने तिला एक रट्टा हाणला. खोल्यांना आग लावणाऱ्यांपैकी हा एक माणूस होता. थप्पड खाऊन ही बाई भयंकर भडकली. क्रुद्ध वाघिणीप्रमाणे तिचे डोळे चमकू लागले, केस फिस्कारले, दात एकमेकांवर आपटू लागले. त्यात तिच्या तोंडावर आगीच्या ज्वाळांचा प्रकाश पडून ते चेटकिणीप्रमाणे दिसू लागले.

जवळच एक लाकडाचा फाटा जळत होता. ते जळते लाकूड हाती घेऊन ती त्याच्या मागे लागली. काही केल्या तो हाती येईना, तेव्हा ते लाकूड तिने त्याला फेकून मारले.

३०

युवराजांना घेऊन सीताराम कालव्याच्या काठी गेला. एक मोठी नौका तिथे बांधलेली होती. त्या नौकेसमोर जाऊन दोघे उभे राहिले. त्यांना पाहून नौकेतून एक व्यक्ती लगबगीने बाहेर येऊन म्हणाली, ''दादा, आलास तू?'' उदयादित्य अतिशय दचकले. बालपणातल्या आठवणींशी, यौवनातल्या सुख-दुःखांशी जडित असणारा तोच चिरपरिचित आवाज! जगातले सारे सुख, सारा आनंद ज्या आवाजापासून वेगळा काढता आला नसता, तोच तो आवाज! बऱ्याचदा पुष्कळ रात्र होऊन गेल्यावर कारागारात सताड उघड्या डोळ्यांनी बसले असताना एकाएकी बासरीच्या सुरासारखा जो स्वप्नवत् स्वर ऐकून ते चमकून उठत, तोच हा स्वर! आश्चर्याच्या धक्क्यातून ते सावरतात न सावरतात इतक्यात वसंतरायांनी त्यांना येऊन मिठीत घेतले. दोघांचेही डोळे पाण्याने भरून आले. दोघे जवळच गवतावर बसले. बराच अवधी गेल्यावर उदयादित्य म्हणाले, ''काकाआजोबा,'' वसंतराय म्हणाले, ''काय दादा?'' पुन्हा पुष्कळ वेळाने उदयादित्यांनी चहूदिशांना पाहिले. आकाशाकडे पाहत, वसंतरायांच्या मुखाकडे पाहत व्याकूळ कंठाने ते म्हणाले, ''काकाआजोबा, आज मला मुक्तता मिळाली! तुम्ही भेटलात. आणखी कोणते सुख बाकी उरले आहे? ही घडी आणखी किती क्षण अशी राहील?''

काही क्षणांनंतर सीताराम येऊन हात जोडून म्हणाला, ''युवराज, नौकेमध्ये चढावे.''

युवराजांची तंद्री भंगली. त्यांनी विचारले, ''का? नौकेमध्ये कशासाठी?''

सीताराम म्हणाला, ''अन्यथा पहारेकरी पुन्हा परतून येतील.''

उदयादित्यांनी चकित होऊन वसंतरायांना विचारलं, ''काकाआजोबा, आपण पळून जातो आहोत की काय?''

उदयादित्यांचा हात धरून वसंतराय म्हणाले, ''होय रे बाबा, मी तुला चोरून घेऊन जातो आहे! इथे सगळी निष्ठुर माणसे आहेत. त्यांची तुझ्यावर अजिबात माया

नाही. या व्याधांमध्ये तू हरणाचे पाडस राहतो आहेस! मी तुला घेऊन जाऊन माझ्या काळजात लपवून ठेवीन. तिथे तू सुखरूप राहशील!'' असे बोलनू त्यांनी उदयादित्याला छातीशी ओढून घेतले. जणू निष्ठुर जगापासून त्यांची सुटका करून मायेच्या राज्यात ते त्यांना बांधू पाहत होते.

उदयादित्य अनेक क्षण विचार करून म्हणाले, ''नाही काकाआजोबा, मला पळून जाता येणार नाही.''

वसंतराय म्हणाले, ''का बरे दादा, या म्हाताऱ्याला विसरलास का?''

उदयादित्य म्हणाले, ''मी असाच जातो. एकवार पिताजींचे पाय धरून, रडून भीक मागतो. कदाचित ते मला रायगडला जाण्याची परवानगी देतीलही.''

वसंतराय कासावीस होत म्हणाले, ''दादा, ऐक माझे, तिकडे जाऊ नकोस. तसा प्रयत्न करणे निष्फळ ठरेल.''

उदयादित्य उसासा सोडून म्हणाले, ''मग मी चलतो. मी कारागारात परत जातो!''

वसंतराय त्यांचा हात घट्ट पकडून म्हणाले, '' मी पाहतो कसा जातोस ते! मी नाही तुला जाऊ देणार.''

उदयादित्य म्हणाले, ''काकाआजोबा, या हतभाग्यासाठी कशाला संकट ओढवून घेताय? मी जिथे राहीन तिथे कधीतरी तिळाएवढी तरी शांतता नांदण्याची शक्यता आहे का?''

वसंतराय म्हणाले, ''दादा, तुझ्यापायी ती विभादेखील कारावासिनी झाली आहे. तिच्या या तरुण वयात आपल्या साऱ्या आयुष्यावर तिने पाणी सोडावे का?'' वसंतरायांच्या डोळ्यांतून अश्रू वाहू लागले.

तसे उदयादित्य गडबडीने म्हणाले, ''तर मग चला, चला काका महाशय.'' सीतारामकडे पाहत म्हणाले, ''सीताराम, प्रासादात मला तीन पत्रे पाठवायची आहेत.''

सीताराम म्हणाला, ''नौकेतच लिखाणाचे सामान आहे, आत्ता आणून देतो. भरभर लिहावे. आता जास्त अवधी उरला नाही.''

उदयादित्यांनी पित्याकडे क्षमेची याचना मागितली. आईला लिहिले, 'माँ, मला जन्म देऊन तुला कधीही सुख मिळाले नाही. आता मात्र निश्चिन्त हो माँ. मी काकाआजोबांकडे जातो आहे. तिथे मी सुखाने राहीन. माझ्यावर मायेची पाखर असेल. तुला माझी काळजी करण्याचे काही कारण उरणार नाही.' विभेला लिहिले, 'चिरंजीव, तुला आणखी काय लिहू? तू जन्मोजन्मी सुखी राहा, पतीगृही जाऊन सुखाचा संसार मांडून सारे दुःख-कष्ट विसरून जा.'

लिहिता-लिहिता उदयादित्यांचे डोळे भरून आले. सीतारामने तिन्ही पत्रे एका

वल्हेकऱ्याच्या हाती प्रासादात पाठवून दिली. सगळे नौकेत चढत होते, इतक्यात कुणी एक व्यक्ती धावत त्यांच्या दिशेने येताना दिसली. सीताराम दचकून उद्गारला, "बाप रे! ती डाकीणच येतेय!" पाहता-पाहता रुक्मिणी जवळ येऊन ठेपली. तिचे केस पिंजारले होते, पदर घसरला होता अन् तिच्या इंगळासारख्या डोळ्यांतून आग बाहेर पडत होती. वारंवार धुडकावल्याने अतृप्त राहिलेली वासना, अपूर्ण सूडभावना या तीव्र भावनांच्या वेदनेने पेटून उठून समोर दिसेल त्याचे तुकडेतुकडे करीत आपला राग ती शमवू पाहत होती. पहारेकरी जिथे आग विझवीत होते, तिथे वारंवार धक्के खाऊन ही रागाने जळफळत वेड्यासारखी प्रासादात पोचली. थेट प्रतापादित्यांच्या महाली प्रवेश करण्याचे वारंवार निष्फळ प्रयत्न केले. पहारेकऱ्यांनी वेडी समजून तिला पकडून मारले अन् हाकलून दिले. वेदनेने विव्हळत ती प्रासादातून धावत येत होती.

तिने उदयादित्यांच्या अंगावर वाघिणीसारखी झेप घेण्याचा प्रयत्न केला. सीताराम मध्ये पडला, तर किंकाळी फोडून तिने सीतारामच्या अंगावर झोकून दिले. त्याला प्राणपणाने दोन्ही हातांनी घट्ट आवळून धरले. सीतारामने एकाएकी किंकाळी फोडली. वल्हेकरी, सुकाणूधाऱ्यांनी भराभर येऊन बळाचा वापर करून रुक्मिणीला अलग केले. आत्मघाती विंचू जसा स्वत:लाच सर्वांगी दंश करून घेतो, तशी ती अधीर होऊन स्वत:ची छाती नखांनी बोचकारत, केस उपटीत चीत्कार करू लागली, "काहीही जमले नाही... काहीही जमले नाही! ही मी मरते. हे स्त्रीहत्येचे पाप तुमच्या शिरावर राहील!" अंधाऱ्या रात्रीत तिचा हा शाप दिशादिशांतून प्रतिध्वनित झाला. रुक्मिणीने विद्युत् वेगाने पाण्यात क्षणार्धात उडी घेतली. पावसाने कालव्यातले पाणी अतिशय वाढले होते. ती कुठे वाहून गेली, त्याचा पत्ता लागला नाही. सीतारामच्या खांद्यातून रक्त वाहत होते. त्याने उपरणे पाण्यात भिजवून खांद्याला बांधले. त्याने उदयादित्यांच्या जवळ जाऊन पाहिले, तर त्यांच्या कपाळी घर्मबिंदू जमले होते. त्यांचे हातपाय थंड पडले होते. ते जवळपास बेशुद्धच होत होते. वसंतरायदेखील काही न उमजून अवाक झाले होते. वल्हेकऱ्यांनी दोघांनाही धरून नौकेत चढवले आणि नौका तत्क्षणी सोडून दिली. सीताराम घाबरत म्हणाला, "प्रयाणाच्या वेळेला काय हा अपशकुन!"

३१

उदयादित्यांची नौका कालवा पार करून नदीत पोचली, तेव्हा सीताराम नौकेतून उतरून शहरात परत आला. येताना त्याने युवराजांकडून त्यांची तलवार मागून घेतली.

उदयादित्यांची तीन पत्रे सीतारामाने एका माणसाच्या हाती प्रासादामध्ये पाठवली होती खरी, परंतु ती पत्रे कोणाच्याही हाती द्यायला गुप्तपणे त्याला सक्त मनाई केली होती. नौकेतून राजवाड्यात परतल्यावर सीतारामने ती पत्रे परत घेतली. महाराणी आणि विभा यांची पत्रे ठेवून उरलेले पत्र त्याने नष्ट करून टाकले.

एव्हाना आग आणखी पसरली होती. रात्री बिछान्यातून उठून गंमत पाहायला पुष्कळ लोक जमा झाले होते. त्यामुळे आग विझवण्यात मदत न होता उलट अडथळेच निर्माण होत होते.

या अग्निकांडात सीतारामचा हात होता, हे सांगायला नको. उदयादित्याबद्दल जिव्हाळा असणारे काही प्रजाजन आणि प्रासादातील नोकरांनी हे काम फत्ते केले होते. संध्याकाळच्या वेळी एकाएकी एकदम पाच-सहा खोल्यांना विनाकारण आग लागावी, हा योगायोग मुळीच नव्हता. एवढा वेळ एवढे प्रयत्न करून आग विझता विझत नव्हती, त्यालाही कारण होते. आग विझवण्यात भाग घेणाऱ्यांपैकी एक-दोन माणसे सीतारामची होती. आग नव्हती तिथे हे लोक पाणी ओतीत होते, पाणी आणायला गेल्यावर आणत नव्हते, युक्तीने घागरी फोडून टाकीत होते, गोंधळ घालत एकमेकांच्या अंगावर पडत होते. त्यामुळे आग काही केल्या विझत नव्हती.

इकडे अशा तऱ्हेने गोंधळ चालला होता, तेव्हा सीतारामच्या टोळीतल्या लोकांनी उदयादित्याच्या रिकाम्या कारागाराला आग लावून दिली. दरवाजे, कड्या, तुळया, वासे, उंबरा, लाकडी कुंपण एकेक करून सगळ्याला आग लावून दिली. या कारागृहाला कोणत्याही कारणाने आग लागू शकेल, हे अगदी स्वप्नातही अशक्य असल्याने तिकडे कोणाचेही लक्ष गेले नाही. सीतारामने परत येऊन

बघितले, तर आग अगदी व्यवस्थित भडकली होती. पुष्कळशी हाडे, एका प्रेताचे मुंडके आणि उदयादित्यांची तलवार या गोष्टी सीतारामने पुष्कळ खटपट करून उदयादित्यांच्या कारागाराच्या आत भिरकावल्या.

इकडे पहारेकऱ्यांच्या खोल्यांना लागलेली आग विझवणाऱ्यांना कारागाराच्या दिशेने एक किंकाळी ऐकू आली. सगळे दचकून एकदमच उद्गारले, "अरे, हे रे काय?" एक जण धावत येऊन म्हणाला, "अरे, युवराजांच्या खोलीला आग लागली आहे!" ते ऐकून पहारेकऱ्यांच्या रक्ताचे पाणी झाले. दयाळसिंगाला गरगरू लागले. त्याच्या हातातली कळशी गळून पडली. त्याने सामानसुमान जमिनीवर फेकून दिले. इतक्यात आणखी एक जण त्याच दिशेने धावत येऊन म्हणाला, "कारागृहाच्या आतून युवराजांच्या किंकाळ्या ऐकू येत आहेत!" त्याचे बोलणे संपतेय न संपतेय इतक्यात सीताराम धावत येऊन म्हणाला, "अरे, धावा रे सगळे, युवराजांच्या खोलीचे छप्पर कोसळलेयऽऽ आणि त्यांची काही चाहूलही ऐकू येत नाही!" युवराजांच्या कारागृहाच्या दिशेने सगळे धावले. जाऊन पाहतात तो कारागृह जळून खाक झालेले! चोहीकडे आग! खोलीचे छप्पर कोसळल्याने आत शिरायला रस्ता नाही. मग तिथेच उभे राहून सगळे एकमेकांवर दोषारोप करू लागले. ही घटना कोणाच्या निष्काळजीपणामुळे घडली, ते ठरवायला सगळेच सरसावले. पुष्कळ भांडाभांडी झाली. सगळे एकमेकांना शिव्या देत हमरीतुमरीवर आले. एवढेच काय, प्रकरण मारामारीपर्यंत येऊन पोचले.

सीतारामने विचार केला – कारागाराला लागलेल्या आगीत युवराज मरण पावले, ही बातमी पसरवून देऊन सध्या काही दिवस तरी निश्चिन्त राहता येईल. कारागाराला व्यवस्थित आग लागली आहे, असे त्याने पाहिले, तसा तो डोक्याला मुंडासे गुंडाळून, आनंदित होऊन त्याच्या झोपड्याकडे निघाला. प्रासादापासून पुष्कळच दूर आला. रात्र खूप झाली होती. रस्त्यावर माणसे नव्हती. चोहीकडे शांतता होती. बांबूच्या पानांतून झरझर करीत अधून-मधून दक्षिण वायूची झुळूक येई. सीतारामची रसिक वृत्ती जागी झाली. तो मस्तपैकी एक गाणे गाऊ लागला. निर्मनुष्य रस्त्यावरून तो एकटाच वाटसरू आनंदात उत्साहाने गाणे गात गात चालला होता. काही अंतर गेल्यावर त्याच्या मनात एक कल्पना आली. त्याने विचार केला – 'आता यशोहर सोडून सहकुटुंब पळ काढावाच लागेल. अशा वेळी बिगरमेहनतीचे थोडे पैसे गाठीला का न बांधावेत? मंगला अवदसा तर मरून गेली. बला टळली! आता तिच्या घरी जाऊन पाहावे. त्या बयेकडे पैसा भरपूर आहे. तिन्ही लोकांत तिचे असे कुणी नाही. तो पैसा मी घेतला नाही, तर आणखी कोणीतरी घेईल! मग तसे कशाला? एकदा प्रयत्न तर करून पाहावा!

अशा प्रकारे उलटसुलट विचार करून सीताराम रुक्मिणीच्या घराच्या दिशेने

चालत, प्रफुल्ल मनाने पुन्हा गाऊ लागला. जाता-जाता वाटेवर त्याला एक अभिसारिका दिसली. सीतारामाच्या नजरेतून असले सगळेकाही केल्या सुटू शकत नसे. थोडी छेडछाड करावी, अशी त्याला जोराची ऊर्मी आली, पण वेळ नाही, हे पाहून ऊर्मी दाबून तो तरातरा पुढे निघाला. रुक्मिणीच्या झोपडीजवळ जाऊन सीतारामने पाहिले – दरवाजा उघडाच! हर्षभरित मनाने झोपडीत प्रवेश करून त्याने चहूकडे एकदा निरखून पाहिले. दाट अंधार होता, काहीही दिसत नव्हते. त्याने चारी बाजूंना एकदा चाचपडून पाहिले. एका पेटाऱ्याला अडखळून-ठेचकाळून तो पडला, एक-दोन वेळा भिंतीवर डोके आदळले. सीतारामच्या अंगावर काटा उभा राहिला. खोलीत कुणीतरी आहे, असा त्याला भास झाला. कुणाचातरी श्वासोच्छ्वास ऐकू येत होता. तो हळूहळू शेजारच्या खोलीत गेला. जाऊन पाहतो, तो रुक्मिणीच्या शयनगृहातून उजेड येत होता! दिवा अजूनही जळतो आहे, अशा कल्पनेने सीतारामला अत्यंत आनंद झाला. तो घाईघाईने त्या खोलीकडे गेला.

—अन् समोर बघतो तो – ती कोण? खोलीत साक्षात बसलेली! सताड उघड्या डोळ्यांनी गुपचूप बसून कोण बरे ती स्त्री थरथर कापत होती? अर्ध्या उघड्या शरीरावर ओले कपडे चिकटून बसलेले, भिजलेल्या केसांतून टपटप पाणी गळत होते. कापता-कापता तिचे दात कडकड वाजत होते. खोलीत एकुलता दिवा जळत होता. त्या दिव्याचा क्षीण प्रकाश तिच्या पांढऱ्याफटक चेहऱ्यावर पडला होता. तिचीच प्रचंड सावली तिच्या पाठीमागच्या भिंतीवर पडली होती. खोलीत दुसरे कोणीही नव्हते. केवळ तो पांढराफटक चेहरा, ती प्रचंड सावली आणि भीषण शांतता!

खोलीत प्रवेश करताच सीतारामचे शरीर गोठून गेले. पाहतो तो त्या मिणमिणत्या प्रकाशात केस मोकळे सोडलेली, ओल्या कपड्यांतली मंगला बसली होती! एकदम समोर दिसताच त्याला ती भूतच वाटली. सीतारामला पुढे जाण्याचे धाडस होईना अन् धीर करून मागे यायलाही जमेना. सीताराम अगदी भित्रा नव्हता. काही क्षण स्तब्ध उभा राहून, शेवटी उसने अवसान आणून वरवर उपहासाच्या सुरात तो म्हणाला, "तू कुठून आलीस अवदसे! मेली कशी नाहीस?"

रुक्मिणी काही क्षण विचित्र नजरेने सीतारामच्या चेहऱ्याकडे टक लावून पाहत राहिली, तेव्हा सीतारामचे प्राण त्याच्या कंठाशी येऊन छाती धडधडू लागली. अखेरीस रुक्मिणी म्हणाली, "वा रे! तुमचा सर्वनाश झाल्याखेरीज मी मरेन होय!" उठून उभी राहून हात नाचवीत म्हणाली, "यमाच्या दारातून परतून आलेय! आधी तुला आणि युवराजांना चितेवर चढवीन. तुमच्या चितेतून दोन मुठी राख घेऊन अंगाला फासून देहाचे सार्थक करीन. नंतरच यमाची इच्छा पुरी करीन. त्याआधी यमाच्या घरी मला स्थान नाही!"

रुक्मिणीचा आवाज ऐकून सीतारामला अतिशय धीर आला. एकदम प्रेमाचे नाटक करून रुक्मिणीशी लगट करण्याचा तो प्रयत्न करू लागला. अगदी जवळ जाऊन तिला बिलगला नाही; पण हवे तितकाच जवळ येऊन कोमल स्वरात म्हणाला, ''आईच्यान! एवढ्यासाठीच तुझा राग येतो मला. कधी तुला काय बुद्धी होईल, समजत नाही. सांग बरे मंगला, मी तुझे काय वाईट केलेय? दासावर एवढा राग कशासाठी? रुसली आहेस होय? ते गाणे म्हणू?''

सीताराम जसजसे प्रेमाचे नाटक करू लागला तसतशी रुक्मिणी संतापाने धुमसू लागली. तिचे सारे शरीर रागाने जळू लागले. सीताराम तिच्या माथ्यावरला केस असता, तर त्याला दोन्ही हातांनी उपटून तिने त्याचे बारीक तुकडे केले असते. सीताराम तिचा डोळा असता, तर तत्क्षणी तो नखांनी उपटून काढून तिने पायाखाली चिरडून टाकला असता. तिने चारी बाजूला पाहिले, पण तिला हाताशी काही मिळालं नाही. दातओठ खात ती म्हणाली, ''जरासा थांब, तुझे मुंडकेच उडवते!'' असे म्हणून थरथर कापत विळीच्या शोधात शेजारच्या खोलीत गेली. काही क्षण गेले.

सीताराम उपरण्याचा फास घेऊन रूपकात्मक मरण्याचा प्रस्ताव मांडीत होता; पण रुक्मिणीचा चेहरा पाहून त्यातले रूपक गळून पडले आणि त्या विळीच्या घावाने मरण्याची आपली अजून तयारी नाही, याचे भान त्याला आले. त्याबरोबर ही संधी साधून तो तत्क्षणी तिच्या झोपडीच्या बाहेर सरकला. विळी घेऊन रुक्मिणी रिकाम्या खोलीत आली आणि खोलीतल्या जमिनीवर सीतारामच्या नावाने तिने पुन:पुन्हा घाव घातले.

रुक्मिणी आता हतबल झाली होती. युवराजांच्या वागण्यामुळे तिला त्यांच्याबद्दल वाटणारी खोटी आशा धुळीला मिळाली होती. रुक्मिणीचे ते छद्मी हास्य आता उरले नव्हते, ते विद्युत् कटाक्ष उरले नव्हते अन् भाद्रपदातल्या गंगेच्या प्रवाहासारखा खळाळता उल्हास उरला नव्हता. राजवाड्यातील जे नोकर तिच्याकडे आले, त्यांच्याशी भांडण करून, त्यांना शिवीगाळ करून तिने हाकलून दिले. त्या दिवशी दिवाणजींचा मोठा मुलगा पान चघळीत-चघळीत तिच्याशी थट्टामस्करी करायला आला. रुक्मिाणीने त्याला झाडूने मारून हाकलले. आता तिच्याशी जवळीक साधण्याची कोणाची हिंमत होत नव्हती. शेजारीपाजारी तिला घाबरून असत.

सीतारामने झोपडीच्या बाहेर पडल्यावर विचार केला, 'युवराजांच्या पलायनाची बित्तंबातमी मंगलेला समजली आहे, म्हणून तिच्याकडूनच हे गुपित फुटेल. मी या सत्यानाशी बाईचा गळा दाबून तिला मारून का टाकले नाही? असो. आता यशोहरमध्ये क्षणभरही राहणे योग्य होणार नाही. आता ताबडतोब पळालेले बरे!' त्याच रात्री सीताराम सहपरिवार यशोहर सोडून रायगडला पळून गेला.

रात्रीच्या शेवटच्या प्रहरी मुसळधार पाऊस पडू लागला. आगदेखील हळूहळू विझून गेली. युवराजांच्या मरणासंबंधी लोकांचा आरडाओरडा प्रतापादित्यांच्या कानी गेला. तो ऐकल्याबरोबर प्रतापादित्य बाहेरच्या बाजूला असलेल्या त्यांच्या राजसभागृहात येऊन बसले. त्यांनी पहारेकऱ्यांना बोलावून घेतले. एकाने साक्ष दिली की, आग जेव्हा भडकली होती, तेव्हा त्याने युवराजांना खिडकीतून पाहिले होते. आणखी काही जण म्हणाले की, युवराजांच्या किंकाळ्या त्यांनी ऐकल्या. आणखी एकाने युवराजांच्या खोलीतून त्यांच्या वितळलेल्या तलवारीचे तुकडे आणून हजर केले. प्रतापादित्यांनी विचारले, ''काका कुठे आहेत?'' सारा राजवाडा शोधूनही ते कुठे सापडले नाहीत. कुणी म्हणाले, ''आग लागली, तेव्हा तेदेखील कारागारातच होते.'' कुणी म्हणाले, ''नाही, रात्रीच त्यांना कारागारात जळून युवराजांचा मृत्यू झाल्याची बातमी मिळाली, ती ऐकून ते तत्क्षणी यशोहर सोडून निघून गेले.'' सभेमध्ये बसून सगळ्यांच्या साक्षी प्रतापादित्य ऐकत असतानाच राजसभेच्या दाराशी एकच गोंगाट झाला. एक स्त्री राजसभेत प्रवेश करू पाहत होती, परंतु पहारेकरी तिला मनाई करीत होते. गोंगाट ऐकून प्रतापादित्यांनी तिला महालात घेऊन येण्याचा आदेश दिला. एक पहारेकरी रुक्मिणीला बरोबर घेऊन आला. राजाने तिला प्रश्न केला, ''तुला काय हवे आहे?'' ती हात नाचवीत तारस्वरात म्हणाली, ''मला आणखी काही नको. तुमच्या त्या पहारेकऱ्यांना, सगळ्यांना एकेक करून सहा महिने तुरुंगात सडवून मग शिकारी कुत्र्यांपुढे खायला घाला. एवढेच मला पाहायचे आहे. ते का तुमचा अधिकार मानतात, का तुम्हाला घाबरतात?'' हे बोलणे ऐकून पहारेकऱ्यांनी चोहीकडून एकच गिल्ला केला. रुक्मिणी मागे वळून डोळे मोठे करीत दरडावणीच्या सुरात म्हणाली, ''चूप राहा मुडद्यांनो! काल तुमच्या हातापाया पडून, पुन:पुन्हा तुम्हाला सांगितले, 'अरे, तुमचे युवराज तुमच्या रायगडच्या म्हाताऱ्या राजाबरोबर पळून चालले आहेत.' तेव्हा तुम्ही काळतोंड्यांनो, माझे ऐकलेत? राजाच्या राजवाड्यात नोकरी करता, त्याचा तुम्हाला मोठा अहंकार वाटतो आहे. तुमचे आभाळालाच हात टेकले आहेत; पण बेडकी फुगून मोठी झाली की, शेवटी ती फुटून मरते.''

प्रतापादित्य म्हणाले, ''काय झाले ते सविस्तर सांग.''

रुक्मिणी म्हणाली, ''आणखी काय सांगू? तुमचे युवराज काल रात्री म्हाताऱ्या राजाबरोबर पळून गेले!''

प्रतापादित्यांनी प्रश्न केला, ''कारागाराला आग कोणी लावली, ते माहीत आहे?''

रुक्मिणी म्हणाली ''ठाऊक नसायला काय झाले? तुमचा तो सीताराम. तुमच्या युवराजांवर त्याची भारी प्रीत! आणखी कुणी त्यांचे नाही. जणू सीतारामच

त्यांचे सर्वस्व! हे सगळे त्या सीतारामाचेच काम आहे. म्हातारा राजा, सीताराम आणि तुमचे युवराज या तिघांनी संगनमत करून हे सगळे केलेय, हे मी तुम्हाला सांगते.''

प्रतापादित्य कित्येक क्षण स्तब्ध राहिले. मग त्यांनी विचारले, ''तुला हे सगळे कसे समजले?'' रुक्मिणी म्हणाली, ''त्याच्याशी तुम्हाला काय करायचे आहे? माझ्याबरोबर माणसे द्या; मी स्वत: जाऊन त्यांना शोधून काढते. तुमच्या राजवाड्यातले नोकर फितूर आहेत. त्यांच्याच्याने हे काम व्हायचे नाही.''

प्रतापादित्यांनी रुक्मिणीसोबत माणसे पाठविण्याचा आदेश दिला आणि पहारेकऱ्यांना यथोचित शिक्षा ठोठावल्या. एकेक करून सभागृह रिकामे झाले. केवळ मंत्री आणि महाराज उरले. मंत्र्यांना वाटले, महाराज नक्कीच त्यांना काहीतरी सांगतील; पण प्रतापादित्य काहीही बोलले नाहीत. स्तब्ध बसून राहिले. मंत्री एकदा काहीतरी बोलण्याच्या मिषाने हळू आवाजात म्हणाले, ''महाराज!'' महाराजांनी त्यावर काहीही उत्तर दिले नाही. मंत्री गुपचूप उठून गेले.

त्याच दिवशी संध्याकाळ होण्याच्या आधी एका कोळ्याच्या तोंडून उदयादित्यांच्या पळून जाण्याची बातमी प्रतापादित्यांना समजली. नौकेत बसून उदयादित्य नदीतून जात असताना या कोळ्याने त्यांना पाहिले होते. हळूहळू आणखी काही लोकांच्या तोंडून बातम्या समजू लागल्या. रुक्मिणीबरोबर गेलेली माणसे एका आठवड्यानंतर परतून येऊन म्हणाली, ''युवराजांना रायगडावर पाहून आलो.'' राजाने विचारले, ''ती बाई कुठे आहे?'' ते म्हणाले, ''ती काही परत आली नाही. ती तिथेच राहिली.''

तेव्हा प्रतापादित्यांनी मुख्तियार खाँ नामक त्यांच्या एका पठाण सेनापतीला बोलावून घेऊन त्याला गुप्तपणे काहीतरी आज्ञा केली. सलाम करून तो निघून गेला.

३२

उदयादित्यांच्या पलायनाची बातमी प्रतापादित्यांच्या आधीच महाराणी आणि विभा यांना कळली होती. भीतीने गळाठून जाऊन दोघीही असा विचार करीत होत्या की, महाराजांना समजल्यावर ते काय करतील, कोण जाणे! दररोज जसजशी एकेक बातमी महाराजांना समजत होती, तसतसे काळजीने दोघींचे प्राण कंठाशी येत होते. अशा रीतीने आठवडा गेला. शेवटी महाराजांना विश्वासार्ह बित्तंबातमी समजली, पण त्यांनी त्या बाबत काहीही केले नाही. रागाचा लवलेशही प्रकट केला नाही. महाराणी आणखी कोंडमारा सहन न करता आल्याने तडक प्रतापादित्याकडे गेल्या. पुष्कळ वेळ उदयादित्याबद्दल काही गोष्ट विचारण्याचे धाडस त्यांना झाले नाही. महाराजांनीही या विषयी काही गोष्ट काढली नाही. शेवटी न राहवून महाराणी म्हणाल्या, ''महाराज, मला एक भिक्षा घाला. या वेळी तेवढे उदयला माफ करा. माझ्या बाळाला आणखी त्रास दिलात, तर मी विष खाऊन मरेन!''

प्रतापादित्य काहीसे वैतागत म्हणाले, ''तुम्ही तर आधीपासूनच गळा काढताय! मी काहीच केले नाहीये!''

प्रतापादित्य पुन्हा वाकड्यात शिरले, तर न जाणो अशा विचाराने महाराणींनी हा विषय पुन्हा काढण्याचे धाडस केले नाही. घाबऱ्या मनाने त्या गुपचूप निघून आल्या. एक, दोन, तीन... दिवस गेले. महाराजांचा रागरंग काही केल्या बदललेला दिसेना. ते पाहून महाराणी आणि विभा यांना हायसे वाटले. त्यांना वाटले, उदयादित्याच्या दुसरीकडे जाण्याने बहुतेक महाराजांना मनातून आनंद झालाय.

आता महाराणींना काही काळ तरी थोडे निश्चिन्तपणे विसावता आले.

विभेला सासरी पाठवण्याची विनंती करणारे रामचंद्ररायांचे एक पत्र आले आहे, ही बातमी महाराणींनी यापूर्वीच विभेलाही सांगितली होती आणि घरातही सगळ्यांना सांगितली होती. विभेच्या मनात आनंद मावत नव्हता. राममोहनला घालवून दिल्यापासून विभेच्या मनाला क्षणभरही शांतता नव्हती. फावल्या वेळी

तिच्या मनात येई – 'त्यांना काय वाटत असेल? माझी अवस्था त्यांना नीट समजली असेल का? कदाचित ते रागावले असतील. त्यांना नीट समजावून सांगितल्यावर ते मला माफ करणार नाहीत का? हाय, जगदीश्वरा! मी कधी त्यांना समजावून सांगेन? कधी बरे त्यांची भेट होईल?' उलटसुलट हेच विचार विभेच्या मनात घोळत असत. दिवसरात्र तिच्या मनात एकच भीती दाटलेली होती; पण महाराणींकडून आमंत्रणाची बातमी ऐकून विभेच्या आनंदाला सीमा उरली नाही. तिच्या मनावरचा मोठा भार क्षणार्धात उतरला. लाज-लज्जा गुंडाळून ठेवून कधी हसत, कधी रडत ती आईच्या कुशीत तोंड लपवून कितीतरी क्षण स्तब्ध राहिली. तिची आईही आनंदाने रडू लागली.

आपल्या पतीचा आपल्याबद्दल गैरसमज आलेला नाही, त्याला आपल्या मनातले नीट उमगलेय असे जेव्हा विभेला वाटले, तेव्हा तिच्या नजरेला जग नंदनवनाप्रमाणे भासू लागले. आपल्या पतीचे हृदय किती विशाल आहे, असे तिला वाटले. आपल्या पतीच्या प्रेमाबद्दल तिला किती विश्वास वाटला, किती आपुलकी निर्माण झाली! तिला वाटले, पतीचे प्रेम हा तिचा या जगातला हक्काचा आसरा आहे. कल्पनेतच एका बलिष्ठ महापुरुषाच्या विशाल स्कंधाभोवती आपले नाजूक, छोट, कोमल हात वेलीसारखे गुंफून निर्भयपणे अन् असीम विश्वासाने ती विसावली होती. त्या विसाव्यापासून तिला कोणीही अलग करू शकत नव्हते. विभा प्रफुल्लित झाली. शरदातील निरभ्र आकाशाप्रमाणे तिचे मन मुक्त, खुले झाले; निर्मळ झाले. आपल्या धाकटा भाऊ समरादित्य याच्याबरोबर ती आता लहान मुलीसारखी तऱ्हेतऱ्हेचे खेळ खेळू लागली. लहानशा लडिवाळ लेकीप्रमाणे तिच्या आईकडे ती कितीतरी हट्ट धरी; दुसरीकडे ती आईला घरकामात मदत करी. मूक, नि:स्तब्ध, उदास सावलीसारखा भाव तिच्या मनातून पुसला गेला. तिचे प्रफुल्ल हृदय आता उगवत्या पहाटेप्रमाणे तिच्या सर्वांगातून झळकू लागले. पूर्वीप्रमाणे तो संकोच, ती लाज, ती खिन्नता, तो रुसवा, तो नीरव मूक भाव उरला नाही. पूर्वीच्या विभेला ज्या गोष्टी बोलता आल्या नसत्या, अशा कितीतरी गोष्टी ती अतिशय आनंदाने अन् विश्वासाने आईशी बोलू लागली.

मुलीचा हा आनंद पाहून आईचे मनही असीम प्रेमाने उचंबळून आले. त्यांच्या मनाला एक काळजी भेडसावत राही. पण विभेला त्या चुकूनसुद्धा त्या काळजीचा थांगही लागू देत नसत. विभेच्या त्या प्रशांत, उज्ज्वल हास्याला मातृहृदय गालबोटही लावू धजले असते का? म्हणून मुलगी रोज डोळ्यांसमोर हसता-खेळताना दिसत होती, ते आई हसतमुखाने अन् अधाशी नजरेने निरखत राही.

महाराणींच्या मनात भीती आणि शंका होती, त्यामुळे आजपावेतो हिंमत धरून विभेला त्यांनी सासरी पाठवले नव्हते. एक-दोन आठवडे उलटले. उदयादित्यांच्या

बाबतीत सगळेच एक प्रकारे निश्चिन्त झाले. फक्त विभेच्या बाबतीत काय करावे, ते महाराणींना अद्यापही नक्की करता येत नव्हते. असे आणखी काही दिवस गेले. विभेला वाटू लागले – जसजसा उशीर होत आहे, तसतशी ती तिच्या पतीची अधिकाधिक अपराधी होते आहे. त्यांनी आपण होऊन बोलावून घेतले होते. मग आता उशीर कशासाठी करायचा? एकदा त्यांनी क्षमा केली, पुन्हा....!

पुष्कळ दिवस विभा गप्प राहिली. शेवटी एकदा तिला राहवले नाही, तेव्हा आईजवळ जाऊन, तिच्या गळ्यात पडून, तोंडाकडे पाहत विभा म्हणाली, ''माँ!'' त्या हाकेतूनच तिच्या आईला सारेकाही उमजलं. विभेला छातीशी ओढून घेत ती म्हणाली, ''काय बाळा!'' विभा काही क्षण गप्प राहून शेवटी म्हणाली, ''माँ, मला कधी गं पाठवशील माँ?'' बोलता-बोलता विभेचा चेहरा लाल झाला. आई किंचित हसून म्हणाली, ''कुठे पाठवू तुला विभू?'' विभा लाडिकपणे म्हणाली, ''सांग ना आई?'' महाराणी म्हणाल्या, ''आणखी काही दिवस धीर धर बाळा. लवकरच पाठवीन.'' बोलता-बोलता त्यांच्या डोळ्यांत पाणी आले.

३३

बऱ्याच वर्षांनंतर उदयादित्य रायगडी आले होते, पण त्यांना पूर्वीसारखा आनंद होत नव्हता. मनात एक सुप्त काळजी होती. त्यामुळे त्यांच्या जिवाला काहीच गोड लागत नव्हते. मनात सतत विचार येत होता, 'काकाआजोबांनी जे कृत्य केले आहे, त्याच्या परिणामी त्यांचे काय होईल, त्याचा काही अंदाज येत नाही. पिताजी हा गुन्हा सहज माफ करतील, असे मुळीच वाटत नाही. माझा जन्मच कोणत्या कुमुहूर्तावर झाला, कोण जाणे!' वसंतरायांजवळ जाऊन ते म्हणाले, ''काकाआजोबा, मी जातो. यशोहरला परतून जातो.'' सुरुवाती-सुरुवातीला वसंत रायांनी गाणे गाऊन, हसून ही गोष्ट उडवून लावली. ते गात –

मी तुला सोडणार न सहज

मनाच्या बदल्यात जरी मन न मिळाले

ठेवीन जोर करून बांधून तुज

शून्य करूनि हृदयपुरी, प्राणांची केलीस चोरी

त्या जागेवर विराजमान होई

शून्य हृदय पूर्ण करी...

उदयादित्यांनी जाण्याचा आग्रह वारंवार धरल्यावर वसंतरायांचे मन दुखावले गेले. गाणे थांबवून उदास चेहऱ्याने ते म्हणाले, ''का बरे दादा, मी जवळ असताना तुला बेचैन कशासाठी वाटतेय?'' उदयादित्य आणखी काही बोलू शकले नाहीत.

उदयादित्यांना बेचैन पाहून त्यांना सुखी करण्यासाठी वसंतराय दिवसरात्र जिवापाड प्रयत्न करू लागले. ते सतार वाजवीत, गाणी म्हणत, बरोबर फिरायला घेऊन जात. उदयादित्यांच्या पायी त्यांचे राजकार्य जवळजवळ बंद पडले होते. वसंतराय रात्रंदिवस त्यांना नजरेसमोर ठेवीत. त्यांना म्हणत, ''दादा, तुला पुन्हा त्या पाषाणहृदयी लोकांच्या राज्यात मी जाऊ देणार नाही.''

काही दिवस रायगडावर राहिल्यानंतर उदयादित्यांच्या मनातली घालमेल पुष्कळशी कमी झाली. अनेक दिवसांनंतर त्यांना स्वातंत्र्य लाभले होते. पाषाणाच्या चार भिंतींच्या क्षुद्र कारागारातून मुक्त होऊन वसंतरायांच्या कोमल हृदयात, त्यांच्या अलोट प्रेमामध्ये ते डुंबत होते. पुष्कळ दिवसांनी चोहीकडे झाडेझुडपे नजरेला पडत होती, आकाश दिसत होते. दशदिशा भरून टाकणारा उन्मुक्त उषेचा प्रकाश दिसत होता. दूर दिगंताहून येणारा जोरदार वारा सर्वांगाला झोंबत होता. रात्र पडल्यावर ताऱ्यांनी भरलेले आभाळ नजरेस पडे. चांदण्यांच्या प्रवाहात डुंबता येई. विश्रब्ध शांतता प्राणात भरून घेत, मनाला येईल तिथे ते जाऊ शकत. मनाला येईल ते करू शकत. कुणी कशात अडवत नसे. उदयादित्यांच्या बालपणी जे प्रजानन त्यांना ओळखत, ते दुरून-दुरून उदयादित्यांना भेटायला येऊ लागले. गंगाधर आला, फटिक आला, हबीबचाचा आणि करीमउल्ला आले, मथुर त्यांच्या तिघा मुलग्यांना बरोबर घेऊन आला, परान आणि हरी हे दोघे भाऊ आले, शीतल सरदार खेळ दाखविण्यासाठी पाच जण लाठीवान बरोबर घेऊन आला. युवराजांना भेटायला प्रजाजन रोज येऊ लागले. युवराजांनी त्यांना कितीतरी गोष्टी विचारून घेतल्या. उदयादित्य अजून आपल्याला विसरलेले नाहीत, हे पाहून प्रजाजन अत्यंत हर्षभरित व आश्चर्यचकित झाले.

मथुर म्हणाला, "महाराज, आपण ज्या महिन्यात रायगडी आला होतात, त्याच महिन्यात माझ्या या मुलाचा जन्म झाला होता. त्याला आपण बघून गेला होतात. त्यानंतर आपल्या आशीर्वादाने मला आणखी दोन मुले झाली आहेत." असे म्हणून आपल्या तीन मुलग्यांना युवराजांजवळ आणून तो म्हणाला, "प्रणाम करा." मुलांनी युवराजांना साष्टांग नमस्कार घातला. पराग येऊन म्हणाला, "इथून यशोहरला जाताना हुजूर ज्या नौकेतून गेले होते, त्या नौकेचा मी नावाडी होतो, महाराज." शीतल सरदार येऊन म्हणाला, "महाराज, आपण रायगडी होतात, तेव्हा माझे लाठी चालविण्यातले कसब पाहून आपण मला बक्षीस दिले होतेत. आज माझ्या शागीर्दांचा खेळ महाराजांना दाखवण्याची इच्छा आहे. या रे पठ्ठे हो! तुम्ही पुढे या बरे!" असे म्हणून त्याने आपल्या चेल्यांना बोलावले. अशा तऱ्हेने दररोज सकाळपासून उदयादित्यांजवळ घोळक्याने प्रजाजन येत आणि सगळे मिळून गप्पागोष्टी करीत.

या आपुलकीच्या वातावरणात, झाडझाडोऱ्यामध्ये, आनंदात, गाण्याबजावण्यात राहून उदयादित्यांच्या मनातली हुरहूर पुष्कळ कमी होऊ लागली. त्यांनी सत्य स्थितीकडे डोळेझाक करीत विचार केला – कदाचित पिताजी रागावले नसतील; ते कदाचित संतुष्टच झाले असतील. नाहीतर एव्हाना त्यांनी काहीतरी केले नसते का?

परंतु अशा तऱ्हेच्या आंधळ्या विश्वासाने फार दिवस मनाची फसवणूक करणे त्यांना जमले नाही. त्यांच्या काकाआजोबांसाठी त्यांना मनातून कसलीशी भीती वाटू लागली. यशोहरला परतून जाण्याची गोष्ट काकाआजोबांकडे काढणे व्यर्थ होते. त्यांनी ठरवले – एक दिवस गुपचूप यशोहरला पळून जायचे. पुन्हा ते कारागार आठवले. कुठे हा आत्मनिर्भरतेतला आनंद आणि कुठे त्या अरुंद, क्षुद्र कारागारातले एकसुरी आयुष्य! कारागारात घालवलेला एकेक क्षण त्यांना एकेका वर्षासारखा भासू लागला. ती काळोखी, एकाकी, कुबट, बंद कोठडी त्यांना कल्पनेत स्पष्ट दिसू लागली अन् त्यांचे शरीर शहारून उठले. तरीही त्यांनी नक्की ठरवले – 'एक दिवस इथून त्या कारागाराकडे पळून जायलाच हवे!' पण आजच जायला हवे; आजच जाईन, हे मात्र ते ठरवू शकले नाहीत. 'एके दिवशी जाईन' असे ठरवून त्यांना पुष्कळ दिलासा मिळाला.

'आज गुरुवार. अशुभ वेळ. आज प्रवासाला निघू नये, उद्या जावे.' आजचा दिवसच वाईट. सकाळपासून सारखा रिपरिप पाऊस पडत होता. सारे आकाश ढगांनी सारवले होते. आज संध्याकाळी रायगड सोडून जायलाच हवे, असे उदयादित्यांनी पक्के ठरवून ठेवले होते. सकाळी त्यांची वसंतरायांशी भेट झाली, तेव्हा वसंतराय उदयादित्यांना आलिंगन देऊन म्हणाले, ''दादा, काल रात्री मी एक मोठे वाईट स्वप्न पाहिले. स्वप्न मला नीटसे आठवत नाही, पण इतकेच आठवते की, तुझी-माझी जन्मभराची ताटातूट होते आहे!''

वसंतरायांचा हात धरून उदयादित्य म्हणाले, ''नाही काकाआजोबा, ताटातूट झालीच, तरीही ती जन्मभरासाठी कशाला होईल?''

वसंतराय दुसरीकडे पाहत अस्वस्थ भावाने म्हणाले, ''तसे नाही तर काय? मी आणखी किती दिवस जगणार आहे, बोल? म्हातारा झालो आहे मी!''

आदल्या रात्रीच्या दुःस्वप्नाचा शेवटचा सूर अजूनही वसंतरायांच्या मनात रेंगाळत होता, म्हणून उदास होऊन ते असले विचार करीत होते!

उदयादित्य काही क्षण गप्प राहून म्हणाले, ''काकाआजोबा, आपली पुन्हा ताटातूट झाली, तर काय होईल?''

वसंतराय उदयादित्याच्या गळ्यात हात घालून म्हणाले, ''का रे बाबा, कशी ताटातूट होईल? तू मला सोडून जाऊ नकोस. या म्हातारपणात मला टाकून तू पळून जाऊ नकोस बाबा!''

उदयादित्यांच्या डोळ्यांत पाणी आले. वसंतरायांना आपल्या मनातल्या डावाचा कसा काय सुगावा लागला, याचे त्यांना आश्चर्य वाटले. उसासा सोडून ते म्हणाले, ''मी तुमच्याजवळ राहिलो, तरच तुमच्यावर संकट ओढवेल काकाआजोबा!''

वसंतराय हसून म्हणाले, ''कसले संकट पोरा? आता या वयात मी काय

संकटाला घाबरतोय? मरण जवळ येणे, हे काही संकट नव्हे. अरे, मृत्यू तर माझा शेजारी आहे. तो माझी सतत विचारपूस करीत असतो. त्याला मी घाबरत नाही. आयुष्यातली सगळी संकटे ओलांडून म्हातारपणापर्यंत टिकाव धरून राहिल्यावर, पैलतीराला येऊन लागल्यावर आता नौका बुडाली, तर हरकत कसली!''

सारा दिवस उदयादित्यांनी वसंतरायांच्या सहवासात घालवला. सकाळपासून पावसाची रिपरिप सुरू होती.

दुपारपर्यंत पाऊस थांबला. उदयादित्य उठले. वसंतरायांनी विचारले, ''दादा, कुठे निघालास?''

उदयादित्य म्हणाले, ''जरा फिरून येतो.''

वसंतराय म्हणाले, ''आज गेला नाहीस तर!''

उदयादित्य म्हणाले, ''का बरे काकाआजोबा?''

वसंतराय उदयादित्यांना मिठी घालीत म्हणाले, ''आज तू घराबाहेर जाऊ नकोस. आज तू माझ्याजवळच राहा बाळा!''

उदयादित्य म्हणाले, ''मी फार दूर जाणार नाही काकाआजोबा, लगेच परत येईन.'' असे म्हणून ते बाहेर पडले.

प्रासादाच्या बाहेरच्या दरवाजापाशी जाताच एक पहारेकरी म्हणाला, ''महाराज, मी आपल्याबरोबर येऊ?''

युवराज म्हणाले, ''नको, त्याची गरज नाही.''

पहारेकरी म्हणाला, ''महाराजांच्या हातात शस्त्र नाही!''

युवराज म्हणाले, ''शस्त्राची गरजच काय?''

उदयादित्य प्रासादाच्या बाहेर पडले. एक विस्तीर्ण पसरलेला माळ होता, त्या माळरानात शिरले. एकटेच फिरू लागले. हळूहळू दिवसाचा उजेड कमी होऊ लागला. त्यांच्या मनात असंख्य विचारांची गर्दी झाली होती. युवराज आपल्या लक्ष्यहीन, उद्देशविहीन आयुष्याचा विचार करू लागले. विचार करताना उमगले – त्यांच्या आयुष्यात काहीच स्थिर नव्हते. कुठे ठिकाणा नव्हता. पुढच्या क्षणी काय होईल, त्याचा भरवसा नव्हता. वय लहान. अजून बरेच आयुष्य बाकी होते. कुठेही घरदार न बांधता, कुठेतरी कायमचा निवारा न शोधता लांबलचक भविष्यकाळ कसा काय सरणार होता? मग मनात विचार आला – 'विभा! विभा आता कुठे आहे? इतके दिवस तिच्या सुखाचा सूर्य मीच झाकून ठेवून बसलो होतो. आतातरी ती सुखी झाली असेल का?' विभेला त्यांनी मनोमन कितीतरी आशीर्वाद दिले.

माळावर गुराख्यांना उन्हाच्या वेळी बसण्यासाठी वड, पिंपळ, खजूर, सुपारी इत्यादींचे एक बन होते. युवराजांनी त्या वनात प्रवेश केला. तेव्हा संध्याकाळ होत आली होती. अंधार पडला होता. युवराजांनी आज पळून जायचे ठरवले होते. ते

मनात त्या बेताबद्दल उलटसुलट विचार करीत होते. उदयादित्य पळून गेले, हे ऐकल्यावर वसंतरायांची काय अवस्था झाली असती? त्यांना धक्का बसल्यावर करुण चेहऱ्याने 'आँ, दादा मला सोडून पळून गेला!' हे ते कसे म्हणतील हे सारे चित्र त्यांना स्पष्ट दिसले.

इतक्यात एक स्त्री कर्कश स्वरात ओरडली, "हे पाहा, इकडे आहेत तुमचे युवराज, इकडे!"

मशाल हाती घेतलेले दोन सैनिक युवराजांच्या जवळ येऊन उभे राहिले. पाहता-पाहता आणखी अनेकांनी येऊन त्यांना गराडा घातला, तेव्हा ती रमणी त्यांच्याजवळ येऊन म्हणाली, "मला ओळखलेत का गडे? एकदा इकडे पाहा! एकदा इकडे पाहा!" युवराजांनी मशालीच्या उजेडात पाहिले – तो रुक्मिणी! सैनिक रुक्मिणीचे वागणे पाहून तिला धमकावीत म्हणाले, "दूर हो सटवे!" त्याकडे पूर्णपणे दुर्लक्ष करीत ती म्हणू लागली, "हे सगळे कोणी केले? मी केले. हे सगळे कोणी केले? मी केले. या सगळ्या सैनिकांना इथे कोणी आणले? मी आणले. मी तुमच्यासाठी एवढे केले आणि तुम्ही...." युवराज तिरस्काराने रुक्मिणीकडे पाठ फिरवून उभे राहिले. सैनिकांनी रुक्मिणीला बळाने धरून त्यांच्यापासून दूर केले. मग मुख्तियार खाँ समोर येऊन युवराजांना सलाम करून उभा राहिला. युवराज चकित होऊन म्हणाले, "मुख्तियार खाँ, काय खबर?"

मुख्तियार खाँ नम्रपणे म्हणाले, "जनाब, आपल्या महाराजांकडून आज्ञा घेऊन आलो आहे."

युवराजांनी प्रश्न केला, "कसली आज्ञा?"

मुख्तियार खाँने प्रतापादित्यांच्या सहीचे आदेशपत्र काढून युवराजांच्या हाती दिले.

वाचून युवराज म्हणाले, "एवढ्यासाठी इतक्या सैन्याची काय जरुरी? मला एखादे पत्र लिहून आज्ञा केली असती, तरी मी गेलो असतो. मी आपण होऊनच निघालो होतो. जायचे म्हणून नक्की केले होते. तर मग आता आणखी उशीर करण्याचे कारण काय? ताबडतोब निघा. लगेचच यशोहरला परतून जाऊ या."

मुख्तियार खाँ हात जोडून म्हणाला, "लगोलग परतता येणार नाही." युवराज घाबरेघुबरे होऊन म्हणाले, "का बरे?" मुख्तियार खाँ म्हणाला, "आणखी एक आदेश आहे. त्याची अंमलबजावणी न करता मला जाता येणार नाही."

युवराज घाबऱ्या सुरात म्हणाले, "कसला आदेश?"

मुख्तियार खाँ म्हणाला, "रायगडच्या राजांना महाराजांनी प्राणदंडाचा आदेश दिला आहे."

युवराज चमकून जोरात ओरडले, "नाहीऽ मुळीच नाहीऽऽ खोटे बोलताय तुम्ही!"

मुख्तियार खाँ म्हणाला, ''आज्ञा युवराज! खोटे नव्हे. माझ्याजवळ महाराजांच्या सहीचे पत्र आहे.''

सेनापतींचा हात धरून उत्तेजित होत युवराज म्हणाले, ''मुख्तियार खाँ, तुमचा गैरसमज झाला आहे. महाराजांनी असा आदेश दिला आहे की, उदयादित्य सापडले नाहीत, तर वसंतरायांचा.... मी स्वत:ला तुमच्या हवाली करतो आहे. मग आणखी काय हवेय? मला लगेचच घेऊन चला. मला कैद करून घेऊन चला. आणखी उशीर लावू नका.''

मुख्तियार खाँ म्हणाला, ''युवराज, माझा गैरसमज झालेला नाही. महाराजांची तशी स्पष्ट आज्ञा आहे.''

युवराज अधीर होऊन म्हणाले, ''तुमचा नक्कीच गैरसमज झालाय. त्यांचा हेतू तसा नाही. बरेय, चला, यशोहरला चला. मी महाराजांच्या समक्ष तुम्हाला रुजवात घालून देतो. त्यांनी जर दुसऱ्यांदा हा आदेश दिला, तर मग तो अमलात आणा.''

मुख्तियार हात जोडून म्हणाला, ''युवराज, माफ करा, ते जमणार नाही.''

युवराज अधिकच उतावीळ होत म्हणाले, ''मुख्तियार, पुढेमागे सिंहासनावर मी बसणार आहे, हे लक्षात आहे ना? माझे म्हणणे ऐका आणि माझी मर्जी सांभाळा.''

मुख्तियार निरुत्तर होऊन उभा राहिला.

युवराजांचा चेहरा पांढराफटक पडला. त्यांच्या कपाळी घर्मबिंदू दिसू लागले. सेनापतीचा हात घट्ट धरीत ते म्हणाले, ''मुख्तियार खाँ, त्या वृद्ध, निरपराध पुण्यात्म्याचा वध केलात, तर नरकातही तुम्हांला स्थान मिळणार नाही.''

मुख्तियार खाँ म्हणाला, ''धन्याच्या आदेशाचे पालन करण्यात पाप नाही.''

उदयादित्य मोठ्याने म्हणाले, ''साफ खोटे! जे धर्मशास्त्र असे सांगते, ते खोटे आहे. अधर्माच्या आदेशाचे पालन करणे, हा अधर्म आहे, हे पक्के समजून असा मुख्तियार.''

मुख्तियार निरुत्तर उभा राहिला.

उदयादित्य चारही दिशांना पाहून म्हणाले, ''तर मग मला सोडून द्या. मी गडावर परत जातो. तुम्ही तुमचा फौजफाटा घेऊन तिथे या. मी तुम्हाला युद्धाचे आव्हान देतो. तिथे युद्धात विजय मिळवून त्यानंतर तुमच्या आदेशाचे पालन करा.''

मुख्तियार निरुत्तर उभा राहिला. सैनिकांनी रेटारेटी करून युवराजांना वेढले. आता काहीही मार्ग उरला नाही, हे पाहून युवराजांनी त्या अंधारात किंकाळी ठोकली, ''काकाआजोबाऽ सावधान!'' त्या किंकाळीने वन शहारून उठले. माळाच्या कडेपर्यंत पोहोचून ती विरून गेली. सैनिकांनी येऊन उदयादित्यांना धरले. उदयादित्यांनी पुन्हा एकदा किंकाळी ठोकली, ''काकाआजोबाऽ सावधानऽऽ!'' माळावरून एक

वाटसरू जात होता. ती किंकाळी ऐकून जवळ येऊन तो म्हणाला, ''कोण आहे ते?'' उदयादित्य लगबगीने म्हणाले, ''जा, जा, धावत गडावर जा. महाराजांना सावध करा.'' पाहता-पाहता त्या वाटसरूला सैनिकांनी गिरफ्तार केले. माळावरून जे चालले होते, त्या सर्वांनाही सैनिकांनी ताबडतोब कैद केले.

बरेचसे सैन्य उदयादित्याला कैद करून एके ठिकाणी थांबले. मुख्तियार खाँ आणि बाकीचे सैनिक वेश पालटून, साध्या वेशात शस्त्रास्त्रे लपवून गडाच्या दिशेने गेले. रायगडाला शंभराहून अधिक दारे होती. वेगवेगळ्या दारांमधून त्यांनी गडाच्या आत प्रवेश केला.

संध्याकाळच्या वेळी वसंतराय बसून सायंपूजा करीत होते. भल्यामोठ्या राजवाड्यात कुठेही आवाज नव्हता, चहूकडे नि:स्तब्धता होती. वसंतरायांच्या नियमाप्रमाणे बहुतेक नोकरांना संध्याकाळची छोटी सुटी होती.

सायंपूजा करता-करता अचानक वसंतरायांनी पाहिले, तो त्यांच्या महालात मुख्तियार खाँ प्रवेश करीत होते! गडबडून जाऊन ते म्हणाले, ''खाँसाहेब, या दालनात येऊ नका. मी आत्ता पूजा आटोपून आलोच.''

मुख्तियार खाँ महालाच्या बाहेर जाऊन दाराजवळ उभे राहिले. वसंतरायांनी संध्या संपवून लगबगीने बाहेर येऊन खाँच्या खांद्यावर हात ठेवून विचारले, ''खाँसाहेब, कुशल आहात ना?''

मुख्तियार खाँ सलाम करून थोडक्यात म्हणाला, ''होय महाराज.''

वसंतराय म्हणाले, ''जेवणखाण झाले?''

खाँसाहेब म्हणाले, ''जी हाँ!''

वसंतरायांनी विचारलं, ''मग आज तुमची इथे राहण्याची व्यवस्था करू?''

मुख्तियार म्हणाला, ''नको जी, जरूर नाही. काम आटोपून लगेचच निघायला हवे.''

वसंतराय आग्रहाने म्हणाले, ''नाही, ते नाही चालायचे खाँसाहेब! आज मी तुम्हाला सोडणार नाही! आज इथे राहावेच लागेल.''

''नाही महाराज, ताबडतोब जायचे आहे.''

वसंतरायांनी विचारले, ''का ते सांगा बरे? काही खास काम आहे वाटते? प्रताप बरा आहे ना?''

मुख्तियार उत्तरले, ''महाराज खुशाल आहेत.''

वसंतराय म्हणाले, ''मग कसले एवढे काम? सांगा झटपट. विशेष जरुरीचे आहे, हे ऐकून उत्कंठा वाटतेय. प्रतापवर काही संकट तर आले नाहीये ना?''

''जी नाही, त्यांच्यावर काही संकट आलेले नाही. महाराजांच्या एका आदेशाचे पालन करण्यासाठी आलो आहे.''

वसंतराय गडबडीने म्हणाले, ''कसला आदेश? सांगा झटपट!''

मुख्तियार खाँने एक आदेशपत्र काढून वसंतरायांच्या हाती दिले. वसंतराय ते उजेडाजवळ नेऊन वाचू लागले. मध्यंतरीच्या काळात बाकीचे सैनिक एकेक करून दरवाजाजवळ येऊन तो रोखून उभे राहिले.

वाचून झाल्यावर वसंतरायांनी हळूहळू मुख्तियार खाँच्या जवळ येऊन विचारले, ''हे प्रतापने लिहिले आहे का?''

खाँ म्हणाला, ''होय.''

वसंतरायांनी पुन्हा विचारले, ''खाँसाहेब, हे प्रतापने स्वहस्ते लिहिले आहे का?''

खाँ म्हणाला, ''होय महाराज!''

तेव्हा वसंतराय ढसढसा रडत म्हणाले, ''खाँसाहेब, प्रतापला मी माझ्या हातांनी लहानाचा मोठा केला आहे!''

काही क्षण गप्प राहून नंतर पुन्हा म्हणाले, ''प्रताप जेव्हा एवढासा होता तेव्हापासून त्याला दिवसरात्र मी अंगाखांद्यावर वाढविला आहे. मला सोडून तो क्षणभरही राहू शकत नसे. तोच प्रताप मोठा झाला. त्याचे लग्न लावून दिले, त्याला सिंहासनावर बसवले, त्याच्या मुलांना मांडीवर जोजवले – त्या प्रतापने आज स्वहस्ते हा आदेश लिहिला आहे खाँसाहेब!''

मुख्तियार खाँच्या पापण्या ओलावल्या. मान खाली घालून तो गप्प उभा राहिला.

वसंतरायांनी विचारले, ''दादा कुठे आहे? उदय कुठे आहे?''

मुख्तियार खाँ म्हणाला, ''त्यांना कैद केले आहे. महाराजांकडे त्यांचा न्याय करण्यासाठी त्यांना नेण्यात येत आहे.''

वसंतराय उद्गारले, ''उदयला अटक झाली आहे? तो अटकेत आहे खाँसाहेब? मी एकदा त्याला पाहू शकणार नाही का?''

मुख्तियार खाँ हात जोडून म्हणाला, ''नाही जनाब, तसा हुकूम नाही.''

वसंतराय साश्रूनयनांनी मुख्तियार खाँचा हात धरून म्हणाले, ''एकदाच मला पाहू देणार नाही का खाँसाहेब?''

मुख्तियार म्हणाला, ''मी केवळ हुकमाचा ताबेदार आहे.''

वसंतराय मोठा उसासा टाकून म्हणाले, ''या जगात कुणालाच दयामाया नाही. या खाँसाहेब, तुमच्या आदेशाचे पालन करा.''

मुख्तियारने मग भूमीला स्पर्श करून, सलाम करून हात जोडले व म्हणाला, ''महाराज, मला क्षमा करावी. मी केवळ धन्याच्या आदेशाचे पालन करतो आहे; माझा काही गुन्हा नाही.''

वसंतराय म्हणाले, "नाही खाँसाहेब, तुमचा काय गुन्हा! तुमची काही चूक नाही. तुम्हाला कशाबद्दल क्षमा करायची?" असे म्हणून खाँच्या जवळ जाऊन ते त्यांना उराउरी भेटले. म्हणाले, "प्रतापला सांगा, मरण्यापूर्वी मी त्याला आशीर्वाद देऊन गेलो. आणि हे पाहा खाँसाहेब, मरताना उदयची जबाबदारी मी तुमच्यावर सोपवून जातो आहे. तो निरपराध आहे. अन्यायकारक निवाड्यामुळे त्याला त्रास होणार नाही, असे पाहा."

बोलणं संपवून वसंतरायांनी डोळे मिटून इष्टदेवतेला स्मरून लोटांगण घातले अन् उजव्या हातातली जपमाळ फिरवू लागले. म्हणाले, "हं खाँसाहेब, आता..."

मुख्तियार खाँनं हाक मारली, "अब्दुलऽऽ" अब्दुल नंगी तलवार हातात घेऊन आला. मुख्तियार तोंड फिरवून निघून गेला. क्षणार्धात रक्ताने माखलेली तलवार हाती घेऊन महालातून अब्दुल बाहेर पडला. महालात रक्ताचा पाट वाहू लागला.

३४

मुख्तियार खाँ परत फिरले. बहुतांश सैन्य रायगडावर ठेवून, उदयादित्याला बरोबर घेऊन ते ताबडतोब यशोहरला रवाना झाले. रस्त्याने जाताना उदयादित्यांनी दोन दिवस अन्नपाण्याला स्पर्श केला नाही, कुणाशी एका शब्दानेही बोलले नाहीत. ते केवळ गप्प राहून विचार करीत होते. दगडाच्या मूर्तीप्रमाणे स्थिर; डोळ्यांत नीज नाही, भाव नाही, अश्रू नाहीत, नजर नाही – केवळ विचार करीत होते. ते नौकेत चढले. नौकेत बसून पाण्याकडे एकटक पाहत राहिले. नौका चालू लागली, तेव्हा वल्ह्यांचा आवाज ऐकत राहिले. पाण्याचा खळखळ आवाज कानांवर पडला. तरीही त्यांच्या कानांत काही शिरले नाही, डोळ्यांना काही दिसले नाही. ते विचारच करीत होते. रात्र झाली, आकाशात तारे उगवले. नावाड्यांनी नौका तीराला बांधली. नौकेतली सगळी माणसे झोपी गेली. पाण्याचा आवाज तेवढा ऐकू येत राहिला. छोट्या-छोट्या लाटा नौकेवर आपटत होत्या. युवराज समोर दूरवर पसरलेल्या शुभ्र वाळूच्या उंचवट्यांकडे एकटक पाहत केवळ विचार करीत राहिले.

भल्या पहाटे नावाडी जागे झाले. त्यांनी नौका सोडली. पहाटवारा वाहू लागला, पूर्व दिशेला तांबडे फुटले. युवराज विचार करीतच राहिले. तिसऱ्या दिवशी युवराजांच्या दोन्ही डोळ्यांना पूर लोटला आणि अश्रुधारा वाहू लागल्या. हातावर कपाळ टेकवून ते पाण्याकडे पाहत राहिले, आभाळाकडे पाहत राहिले. नौका चालू लागली. तीरावरची झाडेझुडपे ढगांप्रमाणे डोळ्यांसमोरून सरकू लागली. युवराजांच्या डोळ्यांतून सहस्रधारांनी अश्रू वाहतच राहिले.

काही काळाने संधी पाहून मुख्तियार खाँ व्यथित हृदयाने युवराजांच्या जवळ येऊन बसले. त्यांनी विनम्रपणे विचारले, "युवराज, कसला विचार करता?" युवराज दचकले. अनेक क्षण स्तब्धपणे सुन्न होऊन त्यांच्या तोंडाकडे पाहत राहिले. मुख्तियारांच्या मुखावरील ममतेचा भाव पाहून एकाएकी आपले घुसमटलेले मन मोकळे करीत युवराज उद्‌गारले, "या जगात जन्माला येऊन मी काय मिळवले,

असा विचार करतोय. माझ्यामुळे केवढा सर्वनाश झाला! परमेश्वरा, कशासाठी या जगात दुबळ्यांना जन्माला घालतोस? स्वत:च्या सामर्थ्यावर जे जगू शकत नाहीत, पावलोपावली जे दुसऱ्यांचा आधार घेतात त्यांच्यामुळे जगाचे काय भले झालेय? ते ज्यांचा आधार घेतात, त्यांनाच बुडवतात. जगातल्या सगळ्या कामांमध्ये अडथळे आणतात. स्वत:देखील ठाम उभे राहू शकत नाहीत आणि इतरांवरही काळजीचे ओझे लादतात. मी दुबळा आणि घाबरट आहे. ईश्वराने मला वाचवले आणि या जगात ज्यांच्यामुळे आनंद होता, आधार होता त्यांचा माझ्यासाठी विनाश केला. मला आता हे सहन होत नाही. मी आता या जगाचा निरोप घेतो!''

उदयादित्यांना कैद्याच्या रूपात प्रतापादित्यांसमोर आणण्यात आले. प्रतापादित्यांनी त्यांना अंत:पुरातल्या महालात नेले आणि दरवाजा लावून घेतला. प्रतापादित्यांजवळ येताच उदयादित्यांच्या अंगावर जणू काटा उभा राहिला. असीम घृणेने त्यांचे शरीर जणू आकसून गेले. पित्याच्या मुखाकडे त्यांना पाहवेना.

प्रतापादित्य गंभीर सुरात म्हणाले, ''कोणती शिक्षा तुम्हाला योग्य होईल?''

उदयादित्य शांतपणे म्हणाले, ''आपण जी आज्ञा कराल ती.''

प्रतापादित्य म्हणाले, ''या माझ्या राज्यावर बसण्याची तुझी लायकी नाही.''

उदयादित्य म्हणाले, ''नाही महाराज, मी खरेच लायक नाही. मला आपले राज्य नको आहे. आपल्या सिंहासनापासून मला मुक्त करावे, एवढीच भीक घालावी.''

प्रतापादित्यांना तेच हवे होते. ते म्हणाले, ''तुम्ही खरोखरीच मनात आहे, तेच बोलता आहात, हे मी कसं काय समजू?''

उदयादित्य म्हणाले, ''मी दुबळा म्हणून जन्मलो आहे खरा, पण आजवर स्वार्थासाठी कधीही खोटे बोललो नाही. आपला विश्वास बसत नसेल, तर आज मी कालीमातेच्या चरणांना स्पर्श करून शपथ घेतो. आपल्या राज्यातल्या सुईच्या अग्रावर मावेल इतक्या भूमीवरसुद्धा मी कधीही राज्य करणार नाही. आपल्या राज्याचा उत्तराधिकारी केवळ समरादित्य असेल.''

प्रतापादित्य संतुष्ट होऊन म्हणाले, ''तर मग तुम्हाला काय हवेय?''

उदयादित्य म्हणाले, ''महाराज, मला आणखी काहीही नको. फक्त पिंजऱ्यात कोंडलेल्या जनावराप्रमाणे मला कैदेत कोंडून ठेवू नका. माझा त्याग करा. मी आत्ताच काशीला निघून जातो. आणखी एक भीक घाला – मला थोडे पैसे द्या. मी तिथे काकाआजोबांच्या नावाने एक धर्मशाळा आणि एक मंदिर बांधीन.''

प्रतापादित्य म्हणाले, ''बरे आहे. हे मला कबूल आहे.''

त्याच दिवशी मंदिरात जाऊन उदयादित्यांनी प्रतापादित्यांच्या देखत शपथ

घेतली, ''माँ काली, तू साक्षी आहेस! तुझ्या चरणांना स्पर्श करून मी शपथ घेतो – माझ्या जिवात जीव असेपर्यंत यशोहर महाराजांच्या राज्यातल्या एका तिळावरही मी हक्क सांगणार नाही. यशोहरच्या सिंहासनावर मी बसणार नाही, राजदंडालादेखील स्पर्श करणार नाही. जर मी तसे केले, तर काकाआजोबांच्या हत्येच्या पापाचा मी धनी होईन!''

उदयादित्य काशीला निघून जात आहेत, हे महाराणींनी जेव्हा ऐकले, तेव्हा उदयादित्याजवळ येऊन त्या म्हणाल्या, ''बाबा उदय, मलाही तुझ्याबरोबर घेऊन चल.''

उदयादित्य म्हणाले, ''काहीतरीच काय बोलणे माँ! तुमचा समरादित्य इथे आहे. तुमचे सर्वस्व इथे आहे! तुम्ही इथून निघून गेलात, तर यशोहरची राजलक्ष्मी इथे राहणार नाही.''

महाराणी रडत म्हणाल्या, ''बाळा, या वयात तू घरसंसार सोडून निघाला आहेस आणि मी कोणत्या आशेवर संसार घेऊन बसू? राज्य आणि संसाराचा त्याग करून तू संन्याशी होशील, तेव्हा तिथे तुझी देखभाल कोण करील? तुझे पिता पाषाण आहेत हे खरे, म्हणून मी काही तुला सोडून देऊ शकत नाही.'' महाराणींच्या साऱ्या अपत्यांमध्ये उदयादित्यांवर त्यांची जास्त माया होती. त्या धाय मोकलून रडू लागल्या.

आईचा हात धरून उदयादित्य भरल्या डोळ्यांनी म्हणाले, ''माँ, तुम्हाला तर माहीतच आहे की, राजवाड्यात राहिलो, तर पावलोपावली माझ्यावर संकटे ओढवण्याची शक्यता आहे. तुम्ही निश्चिन्त राहा माँ. मी विश्वनाथाच्या चरणांशी जाऊन संकटमुक्त होईन.''

विभेजवळ जाऊन उदयादित्य म्हणाले, ''विभाऽ दीदी गं, काशीला जायच्या आधी तुला मी सुखी करून जाईन. मी स्वत: बरोबर घेऊन तुला तुझ्या सासरी पोचवीन. माझी एवढी एकच इच्छा उरली आहे.''

विभेने उदयादित्यांना विचारले, ''काकाआजोबा कसे आहेत?''

''काकाआजोबा बरे आहेत.'' इतकेच बोलून उदयादित्य गडबडीने तिथून निघून गेले.

३५

उदयादित्य आणि विभेच्या प्रवासाची तयारी सुरू झाली. आईच्या गळ्यात पडून विभा रडली. अंत:पुरातला प्रत्येक जण सासरी जाण्यापूर्वी विभेला तऱ्हेत-ऱ्हेचे सदुपदेश उठसूट देऊ लागला.

महाराणींनी एकदा उदयला बोलावून घेतले. म्हणाल्या, ''बाबा, विभेला नेतो आहेस खरा, पण त्यांनी नीट नांदवले नाही तर?''

उदयादित्य चमकून म्हणाले, ''का बरे माँ? नीट न नांदवायला काय झालं?''

महाराणी म्हणाल्या, ''न जाणो, जर त्यांनी विभेवर राग धरून ठेवला असला तर?''

उदयादित्य म्हणाले, ''नाही माँ, विभा अजाण पोर. विभेवर ते कधी तरी रागवू शकतील का?''

महाराणी रडत म्हणाल्या, ''बाळा, नीट घेऊन जा तिला. त्यांनी तिला झिडकारले, तर विभा जिवंत राहायची नाही.''

उदयादित्यांच्या मनातही शंका निर्माण झाली. विभेला सासरी झिडकारले जाईल, ही कल्पनाच त्यांच्या मनात आधी आली नव्हती. आपले सगळे कर्मभोग आता बहुधा संपले आहेत, असे उदयादित्यांना वाटत होते. त्यांना आता मात्र उमगले की, अजूनही ते संपलेले नाहीत. आयुष्यात विभेचाही त्यांनी आधार घेतला होता. त्याच्या परिणामी विभेच्या नशिबात काय वाढून ठेवले होते, कोण जाणे.

प्रवासाला निघताना उदयादित्य आणि विभा येऊन आईच्या पाया पडले. प्रवासाला अपशकुन नको, म्हणून महाराणी त्या वेळी रडल्या नाहीत. ती दोघे निघून गेल्यावर जमिनीवर लोळण घेऊन त्या रडू लागल्या. उदयादित्य आणि विभा पित्याला प्रणाम करून आले. घरातल्या मोठ्या माणसांच्या पाया पडले. उदयादित्यांनी समरादित्याला कडेवर घेऊन त्याचा पापा घेतला आणि मनात म्हणाले, 'वत्सा, ज्या सिंहासनावर तू बसणार आहेस, त्या सिंहासनाचा अभिशाप तुला न लागो!'

राजवाड्यातील नोकरांचा उदयादित्यांवर फार जीव होता. एकेक करून येऊन त्यांनी उदयादित्यांना प्रणाम केला. सगळे जण रडू लागले. शेवटी दोघांनी मंदिरात जाऊन देवतेला नमस्कार केला आणि ते प्रवासाला निघाले.

शोक, संकटे, अत्याचारांची रंगभूमी मागे राहिली. आयुष्यातला तुरुंग मागे पडला. उदयादित्यांनी निश्चय केला – 'या आयुष्यात पुन्हा या घरात पाय टाकणार नाही.' एकदा मागे वळून पाहिले. रक्तपिपासू, कठोरहृदयी राजवाडा आकाशात माथा उंचावून दैत्याप्रमाणे उभा असलेला दिसला. कटकारस्थान, मनमानी, रक्तपिपासा, दुबळ्यांचे पीडन, असहाय्यांचे आसू मागे राहिले होत. समोरून मुक्त स्वातंत्र्य, निष्कलंक निसर्गसौंदर्य, हृदयातील नैसर्गिक स्नेहममता त्यांना आलिंगन देण्यासाठी बाहू पसरून बोलवीत होती.

नुकतीच पहाट होत होती. नदीच्या पूर्व किनाऱ्याला असलेल्या वनाच्या मागून किरणांच्या प्रभेचा पिसारा झळकू लागला. झाडांच्या माथ्यांवर सोनेरी प्रभा उजळली. लोक जागे होऊ लागले. नावाड्यांनी आनंदाने गाणे म्हणत शीड उभारून नौका हाकारली. निसर्गाचे हे विमल, प्रशांत, पवित्र पहाटेचे रूप पाहून उदयादित्यांचे मन पाखरांबरोबर स्वातंत्र्याचे गाणे गाऊ लागले. ते मनोमनी इच्छा करू लागले – 'जन्मोजन्मी निसर्गाच्या या विमल-श्यामल रूपामध्ये मुक्त संचार करायला मिळो आणि प्राणिमात्रांबरोबर एकरूप होऊन राहता येण्याची संधी मिळो.'

नौका निघाली. नावाड्यांचे गाणे आणि पाण्याची खळबळ ऐकत-ऐकत ते दोघे नौकेतून पुढे चालले. विभेच्या प्रशांत हृदयात आनंदाची पहाट झाली होती. तिच्या मुखावर अन् नेत्रांतून सूर्याचे तेज तळपत होते. इतक्या दिवसांनंतर दुःस्वप्नातून जागी होऊन भोवतालचे जग पाहून तिला जणूकाही दिलासा लाभला होता. विभा निघाली होती. कुणाकडे निघाली होती विभा? कुणी बोलावले होते तिला? असीम, अढळ प्रेम तिला बोलावीत होते. त्या कोमल प्रेमाच्या स्वरांमध्ये विभा लहानशा पाखराप्रमाणे पंख मिटून आरामात, विश्वासाने विसावणार होती. जगात चहूकडे तिला आज स्नेहाचा समुद्र दिसत होता. विभेला जवळ बोलावून पाण्याच्या खळबळीप्रमाणे मृदू स्वरात उदयादित्य काहीबाही गुजगोष्टी करू लागले. ते जे म्हटले, ते सर्व विभेला गोड वाटले.

नौकेने रामचंद्ररायांच्या राज्यात प्रवेश केला. चोहीकडे पाहून विभेच्या मनात एक अभूतपूर्व आनंद उमलला. किती सुंदर शोभा दिसत होती! छोटी छोटी घरे पाहून, माणसे पाहून विभेला वाटले – 'किती आनंदात आहेत सगळे!' विभेला वाटू लागले, 'प्रजाजनांना जवळ बोलावून त्यांच्या राजाबद्दल एकदा विचारावे.' प्रजाजनांना पाहून तिच्या मनात एक वेगळाच अपूर्व स्नेह उपजला. जो दिसला, तो तिला

आवडला. मध्येच एक-दोन दरिद्री माणसे दिसली. विभा मनात म्हणाली, 'अगं आई! यांची अशी दशा कशाने झाली बरे? मी अंत:पुरात पोहोचून यांना बोलावणे पाठवीन. यांचे दु:ख दूर करण्यासाठी शक्य ते सगळे करीन.' तिला सगळेच जिवाभावाचे वाटू लागले. या राज्यात दु:खदारिद्र्य असावे, हे तिला सहन झाले नाही. विभेला वाटू लागले, प्रजाजनांनी तिच्याजवळ येऊन एकदा तिला 'माँ' म्हणून हाक मारावी. तिच्यापाशी आपापली दु:खे सांगावीत आणि मग तिने ती दु:खे दूर करावीत.

राजधानीच्या शेजारच्या गावी उदयादित्यांनी नौका नांगरली. त्या दोघांच्या आगमनाची बातमी राजवाड्यावर पाठवावी, म्हणजे मग तिथले लोक येऊन त्यांना स्वागतपूर्वक घेऊन जातील, असे त्यांनी ठरवले. नौका बांधली, तेव्हा दुपार होऊन गेली होती. उदयादित्यांनी विचार केला, उद्या सकाळी माणूस पाठवावा. विभेला मात्र वाटत होते – 'आजच निरोप पाठवला तर बरे!'

३६

आज सारे लोक अतिशय गडबडीत होते. चारी बाजूंना वाजंत्री वाजत होती. गावात जणू एखादा उत्सव साजरा होत होता! आधीच विभेचे मन अधीर झाले होते. आनंदाने भरून गेले होते. त्यात चहूबाजूंनी वाद्यांचा आवाज ऐकून, हर्षोल्हासाची लगबग बघून तिचा आनंद मनात मावेना. तिच्या मनातला हा आनंदकल्लोळ उदयादित्यांपाशी उघड होऊ नये, म्हणून तिने किती प्रयासाने आपले हसू आवरून धरले होते! नदीच्या काठी सणासारखा उत्साह पाहून, काय होतेय हे माहीत करून घेण्यासाठी उदयादित्य गावात फेरफटका मारायला गेले.

काही काळ गेला. तीरावरून एकाने विचारले, ''कोणाची हो नौका ही?'' नौकेतून राजवाड्यातले नोकर उद्गारले, ''कोण ते? राममोहन! अरे, ये-ये!'' राममोहन लगबगीने नौकेवर आला. नौकेत विभा एकटीच बसली होती. राममोहनला पाहून आनंदविभोर होऊन ती म्हणाली, ''मोहन!''

राममोहन चकित होऊन उद्गारला, ''माँ!''

राममोहनने विभेचे निष्कपट, आनंदविभोर, हसतमुख पुष्कळ क्षण न्याहाळले. मग म्लानमुखाने म्हणाला, ''माँ, तुम्ही आलात?''

विभा गडबडीने म्हणाली, ''हो मोहन. महाराजांना इतक्यातच बातमी पोचली वाटते? तू मला न्यायला आला आहेस का?''

राममोहन म्हणाला, ''नाही माँ, इतकी अधीर होऊ नकोस. आज राहू दे, पुन्हा केव्हातरी घेऊन जाईन.''

राममोहनचा आविर्भाव बघून विभा एकदम उदास होत म्हणाली, ''का मोहन? आज का जाऊ नको?''

राममोहन म्हणाला, ''आज संध्याकाळ झाली आहे. आज राहू दे माँ.''

विभा अत्यंत भेदरून म्हणाली, ''खरे खरे सांग मोहन, काय झालेय?''

राममोहनला आणखी राहवले नाही. गुपिते ठेवण्याची त्याला सवय नव्हती.

तो तिथेच मट्कन बसला. रडत म्हणाला, "माँ जननी, तुमच्या राज्यात आता तुम्हाला स्थान नाही. तुमच्या राजवाड्यात तुम्हाला जागा नाही. आजच महाराज विवाह करीत आहेत!"

विभेचा चेहरा पूर्णपणे पांढराफटक पडला. तिचे हातपाय बर्फासारखे थंड पडले. राममोहन सांगू लागला, "माँ, हा तुझा नीच पुत्र तुला बोलवायला आला होता, तेव्हा तू का आली नाहीस माँ? तेव्हा निष्ठुर पाषाणाची मूर्ती होऊन मला तू का परत पाठवून दिलेस माँ? महाराजांजवळ माझी काही इभ्रत उरली नाही. काळीज फाटून गेले, तरी तुझी बाजू घेऊन मी काहीदेखील बोलू शकलो नाही."

विभेच्या डोळ्यांसमोर अंधारी आली, डोके गरगरले आणि ती खाली पडली. राममोहनने झटपट पाणी आणून विभेच्या तोंडावर पाण्याचे हबके मारले. काही क्षणांनी विभा उठून बसली. एका फटकाऱ्यात विभेचे सारे जग चक्काचूर होऊन गेले होते. पतीच्या राज्यात येऊन, राजधानीच्या जवळ पोचून, राजवाड्याच्या दाराशी येऊन, तृषार्तहृदयी विभेच्या सुखाच्या साऱ्या आशा मृगजळाप्रमाणे विरून गेल्या.

विभा व्याकूळ होऊन म्हणाली, "मोहन, त्यांनी मला बोलावणे धाडले होते. मी येण्याला फार उशीर केला का?"

मोहन म्हणाला, "उशीर तर झाला आहे खरा!"

विभा अधीर होऊन म्हणाली, "आता मला ते माफ करणार नाहीत का?"

मोहन म्हणाला, "आता कुठे माफ केले आहे?"

विभा म्हणाली, "मोहन, मी केवळ एकदा त्यांना बघून येते." म्हणून हमसाहमशी रडू लागली.

राममोहन डोळे पुसून म्हणाला, "आज राहू दे ना माँ!"

विभा म्हणाली, "नाही मोहन, मी आजच त्यांना एकदा पाहून येते."

राममोहन म्हणाला, "आधी युवराजांना गावातून परतून येऊ दे."

विभा म्हणाली, "नाही मोहन, मी लगेचच जाते."

विभेला वाटले, ही बातमी ऐकून अपमानाच्या भीतीने उदयादित्यांनी जाऊ दिले नाही तर?

राममोहन म्हणाला, "तर मग एक पालखी आणतो."

विभा म्हणाली, "पालखी कशाला? पालखीतून जायला मी काय राणी आहे? मी एखाद्या सामान्य प्रजाजनासारखी, एखाद्या भिकारणीप्रमाणे जाईन! मला पालखीची काय जरूर?"

राममोहन महणाला, "मी जिवंत असेतो हे मी पाहू शकणार नाही."

विभा व्याकूळ स्वरात म्हणाली, "मोहन, तुझ्या पाया पडते. मला आता

आणखी अडवू नकोस. उशीर होतो आहे.''

राममोहन व्यथित हृदयाने म्हणाला, ''अच्छा माँ, तुला हवे तसे कर.''

विभा सामान्य स्त्रीच्या वेषात नौकेतून बाहेर पडली. नौकेवरील नोकर येऊन म्हणाले, ''हे काय माँ, अशी या वेशात कुठे चाललीस एकटीच?''

राममोहन म्हणाला, ''हे राज्य माँचे स्वत:चे आहे. त्यांना इच्छा होईल तिकडे त्या जाऊ शकतात.'' नोकर हरकत घेऊ लागले, पण राममोहनने त्यांना हाकलून दिले.

३७

चोहीकडे माणसे, चहूबाजूंनी गर्दी! एरवी असे झाले असते, तर विभा
संकोचाने मरून गेली असती, पण आज तिच्या नजरेला जणू काहीच पडत नव्हते.
जे-जे दिसत होते, ते विभेला भासमय वाटत होते. चहूबाजूंनी एक गलबल्याने
भरलेले स्वप्न जणू तिला वेढून टाकीत होते. कशाचा कशाला थांग नव्हता.
चहूबाजूंनी गर्दी नजरेला दिसत होती, एवढेच! चहूबाजूंनी कोलाहल ऐकू येत होता,
एवढेच! त्यातले काहीही जणू खरे नव्हते!

गर्दीच्या रेट्यातून राजवाड्याच्या दाराजवळ आल्यावर अचानक एका द्वार-
पालाने विभेचा हात धरून तिला अडवले, तेव्हा विभा क्षणार्धात भानावर आली.
चहूबाजूंना घडणाऱ्या गोष्टींची तिला जाणीव झाली आणि लज्जेने ती अगदी
कानकोंडी झाली. तिच्या माथ्यावरचा पदर ढळला होता. तिने लगबगीने पदर
सावरला. राममोहन पुढे-पुढे चालला होता. त्याने मागे येऊन पहारेकऱ्यावर डोळे
वटारले. फर्नांडिस जवळच उभा होता. त्याने येऊन, द्वारपालाला पकडून कडक
शिक्षा केली. विभेने राजवाड्यात प्रवेश केला. इतर सामान्य दासदासींप्रमाणे विभेने
प्रासादात प्रवेश केला. तिचे कुणी स्वागत केले नाही.

महालात केवळ राजे आणि रमाई भांड बसले होते. विभेने महालात प्रवेश
करून राजांच्या मुखाकडे पाहिले मात्र, ती त्यांच्या पायाशी कोसळली. राजे घाबरे-
घुबरे होत उठून उभे राहिले आणि त्यांनी विचारले, ''कोण आहेस तू? भिकारीण!
भिक्षा मागायला आली आहेस?''

विभेने आपले मस्तक उचलून अश्रुपूर्ण नेत्रांनी राजांच्या मुखाकडे पाहिले आणि
म्हणाली, ''नाही महाराज, मी माझे सर्वस्व दान करायला आले आहे! तुम्हाला
परक्याच्या हाती सोपवून निरोप घ्यायला मी आले आहे.''

राममोहनला राहवले नाही. तो जवळ येऊन म्हणाला, ''महाराज, आपल्या
महाराणी, यशोहरच्या राजकुमारी!''

रामचंद्ररायांच्या काळजात एकाएकी गलबलले, परंतु त्याच क्षणी रमाई भांडाने हसून राजाकडे तिरप्या नजरेने पाहत कठोर स्वरात विचारले, "का, आता दादा आवडेनासा झाला की काय?"

रामचंद्ररायांच्या हृदयात दयेचा पाझर फुटू पाहत होता; पण रमाईच्या या ताशेऱ्यांवर त्यांनी छद्मी हास्य केले. त्यांना वाटले, 'आता विभेला माया दाखवली, तर आपल्याला उपहासास्पद व्हावे लागेल.'

विभेच्या माथ्यावर एकदम जणू सहस्र वज्रांचा आघात झाला. ती शरमेने अगदी चूर झाली. डोळे मिटून मनोमन म्हणाली, 'धरणीमाते, दुभंगून जा!' व्याकूळ होऊन तिने चहूकडे पाहिले. एकदा राममोहनच्या तोंडाकडे असहाय नजरेने पाहिले.

राममोहनने धावत येऊन रमाई भांडाची मानगूट बळाने धरून त्याला महालाबाहेर काढले.

राजे रागावून म्हणाले, "राममोहन, तू माझ्यासमोर बेअदबी करतोस?"

रामोहन थरथर कापत म्हणाला, "महाराज, मी बेअदबी जरूर केली. तुमच्या राणीचा, आमच्या माँ-ठाकुराणींचा बेट्याने अपमान केला. एवढ्याने काय झालेय! त्याचे मस्तक मुंडवून, त्याला काळे फासून शहरातून बाहेर हाकलून देईन, तरच मी नावाचा राममोहन!"

राममोहनला धमकावत राजे म्हणाले, "कोण माझी राणी? मी हिला ओळखत नाही!"

विभेचे तोंड काळंठिक्कर पडले. तिने चेहऱ्यावर पदर ओढला. तिचे सर्वांग थरथरू लागले आणि शेवटी थरथर कापत ती मूर्च्छित होऊन जमिनीवर पडली. तेव्हा राममोहन हात जोडून राजाला म्हणाला, "महाराज, आम्ही चार पिढ्यांपासून तुमच्या खानदानाची चाकरी करीत आहोत. लहानपणापासून मी तुमचा प्रतिपाळ केला आहे. आज तुम्ही आमच्या माँ-ठाकुराणींचा अपमान केलात, तुमच्या राजलक्ष्मीला हाकलून दिलेत. मीदेखील आज तुमची नोकरी सोडून निघालो! आमच्या माँ-ठाकुराणींची सेवा करीत मी आयुष्य कंठीन, भीक मागून खाईन; पण या राजवाड्याच्या सावलीला उभा राहणार नाही!" असे बोलून राममोहनने राजाला प्रणाम केला आणि विभेला म्हणाला, "ये माँ! चल, इथून लवकर बाहेर पड. आता इथे क्षणभरही थांबायचे नाही." बोलता-बोलता त्याने विभेला उचलून घेतले. दरवाजात पुष्कळ पालख्या होत्या. त्यांतल्या एकीत बेशुद्ध, गलितगात्र विभेला ठेवून तो नौकेवर परतला.

विभा उदयादित्याबरोबर काशीला निघून गेली. तिथे दानधर्म, देवपूजा करीत आणि आपल्या भावाच्या सेवेत ती आयुष्य कंठू लागली. राममोहन जिवंत

असेपर्यंत त्यांच्या सोबत राहिला. सीतारामदेखील सहपरिवार येऊन काशीला उदयादित्याच्या आश्रयाला राहिला.

चंद्रद्वीपात ज्या बाजाराच्या समोर विभेची नौका नांगरली होती, त्याचे नाव आजही आहे –

'बऊठाकुरानीर हाट'

www.ingramcontent.com/pod-product-compliance
Lightning Source LLC
Chambersburg PA
CBHW030340030726
47499CB00003B/845
* 9 7 8 8 1 8 4 9 8 3 1 1 1 *